# ജനകീയ വിദ്യാഭ്യാസം

## ഒരു വിദ്യാർത്ഥിപക്ഷ ഇടപെടൽ

**janakeeyavidyabhyasam**
oru vidhyarthipaksha idapedal

•

shijukhan

•

*first edition*
june 2015

•

*published*
chintha publishers, thiruvananthapuram

•

*typesetting*
star communications, thiruvananthapuram

•

*printed at*
Repro India Ltd, Mumbai.

•

*cover*
midas

•

*price*
rupees eighty only

Rights reserved

---

*വിതരണം*

**ദേശാഭിമാനി ബുക്ക് ഹൗസ്**

H O തിരുവനന്തപുരം-695 035
phone: 0471-2303026, 6063026
www.chinthapublishers.com
chinthapublishers@gmail.com

*ബ്രാഞ്ചുകൾ*

ഹെഡ്ഡാഫീസ് ബ്രാഞ്ച് കുന്നുകുഴി • സ്റ്റാച്യു തിരുവനന്തപുരം • കെ എസ് ആർ ടി സി ബസ് സ്റ്റേഷൻ ആലപ്പുഴ • കെ എസ് ആർ ടി സി ബസ് സ്റ്റേഷൻ എറണാകുളം • ചിറ്റൂർ റോഡ് എറണാകുളം • മച്ചിങ്ങൽ ലെയിൻ തൃശൂർ • ഐ ജി റോഡ് കോഴിക്കോട് • മാവൂർ റോഡ് കോഴിക്കോട് • എൻ ജി ഒ യൂണിയൻ ബിൽഡിങ് കണ്ണൂർ • സെൻട്രൽ ബസ് ടെർമിനൽ കോംപ്ലക്സ് താവക്കര കണ്ണൂർ

---

CO - 2214 / 3687

# ജനകീയ വിദ്യാഭ്യാസം

## ഒരു വിദ്യാർത്ഥിപക്ഷ ഇടപെടൽ

ഷിജൂഖാൻ

ചിന്ത പബ്ലിഷേഴ്സ്
തിരുവനന്തപുരം-695 035
വില : ₹ 80

## ഷിജൂഖാൻ

നെടുമങ്ങാട് താലൂക്കിലെ പത്താംകല്ല് കണിയാംകടവിൽ ജനിച്ചു. നെടുമങ്ങാട് ഗവ. കോളേജിൽ നിന്ന് ചരിത്രത്തിൽ ബിരുദവും യൂണിവേഴ്സിറ്റി കോളേജിൽ നിന്ന് മലയാളഭാഷയിലും സാഹിത്യത്തിലും ബിരുദാനന്തര ബിരുദവും തിരുവനന്തപുരം പ്രസ് ക്ലബ്ബിൽ നിന്ന് ജേർണലിസത്തിൽ ബിരുദാനന്തര ഡിപ്ലോമയും നേടി. കേരള സർവ്വകലാശാല മലയാള വിഭാഗത്തിൽ ഗവേഷകനാണ്.

എസ് എഫ് ഐ സംസ്ഥാന പ്രസിഡന്റും അഖിലേന്ത്യാ വൈസ് പ്രസിഡന്റും സി പി ഐ (എം) നെടുമങ്ങാട് ഏര്യാ കമ്മിറ്റി അംഗവുമാണ്. *സ്റ്റുഡന്റ്* മാസികയുടെ പത്രാധിപസമിതി അംഗം. കേരള സർവ്വകലാശാല മുൻ സിന്റിക്കേറ്റ് അംഗം. അന്താരാഷ്ട്ര സാംസ്കാരിക വിനിമയത്തിന്റെ ഭാഗമായുള്ള ജർമ്മൻ പര്യടന സംഘത്തിൽ അംഗമായിരുന്നു. ബാലസംഘം മുൻ സംസ്ഥാന സെക്രട്ടറി.

കൃതികൾ: *നിലാവ്* (കവിതാസമാഹാരം), *ഗുട്ടെൻ മോർഗെൻ* (യാത്രാനുഭവം), *വാക്കുമരത്തിന്റെ ഇലകൾ; കാമ്പസ് മണമുള്ള സംഭാഷണങ്ങൾ* (അഭിമുഖം), *താലിബാൻ മുദ്രകൾ വിചാരണ ചെയ്യപ്പെടുന്നു* (എഡിറ്റർ: ലേഖനസമാഹാരം), *കുട്ടികളുടെ അവകാശങ്ങൾ; ഒരു സത്യവാങ് മൂലം* (ലേഖനസമാഹാരം).

യാത്രാവിവരണത്തിനുള്ള വിതുരോദയം സാഹിത്യ പുരസ്കാരം ലഭിച്ചിട്ടുണ്ട്.

പിതാവ് പേട്ട ജഹാൻ; അടിയന്തരാവസ്ഥയിൽ ദീർഘകാലം ജയിൽവാസം അനുഷ്ഠിച്ചു. ഇപ്പോൾ ജീവിച്ചിരിപ്പില്ല. മാതാവ് എഫ് സൈദാബീവി.


| | | |
|---|---|---|
| സഹോദരങ്ങൾ | : | ഷഫീഖ്(മരണമടഞ്ഞു)<br>ഷീജാസമീർ |
| വിലാസം | : | മഞ്ച തപാൽ, പത്താംകല്ല്,<br>നെടുമങ്ങാട്, തിരുവനന്തപുരം (695541) |
| മൊബൈൽ | : | 09446326095 |
| Email | : | shijukhanpathamkallu@gmail.com |
| facebook | : | http://www.facebook.com/<br>shijukhan.pathamkallu |

# ഉള്ളടക്കം

# സമർപ്പണം

പൊരുതുന്ന വിദ്യാർത്ഥികൾക്ക്
വായിക്കാൻ പഠിപ്പിച്ച വാപ്പയ്ക്ക്
ഏതു രാത്രിയിലും കാത്തിരിക്കുന്ന
ഉമ്മയ്ക്കും വല്ല്യുമ്മയ്ക്കും
പിന്നെ നിനക്കും

# പ്രസാധകക്കുറിപ്പ്

**വി**ദ്യാഭ്യാസമേഖലയും വർഗ്ഗസമരവിമുക്തമല്ല. വരേണ്യ താല്പര്യങ്ങളും വിപണിയും ചേർന്ന് ജനകീയ വിദ്യാഭ്യാസത്തെ തകർക്കാൻ ശ്രമിക്കുമ്പോൾ പ്രതിരോധത്തിന്റെ മതിൽ പണിയുന്ന പ്രസ്ഥാനമാണ് എസ് എഫ് ഐ. എസ് എഫ് ഐ കേരള സംസ്ഥാന കമ്മിറ്റിയുടെ പ്രസിഡന്റായ ഷിജൂഖാന്റെ പതിനാറ് ലേഖനങ്ങളുടെ സമാഹാരമാണീ പുസ്തകം. വിദ്യാഭ്യാസമേഖലയിലെ പ്രശ്നങ്ങൾ പരസ്പരബന്ധിതങ്ങളാണെന്ന തിരിച്ചറിവ് ഇതിലെ ലേഖനങ്ങളിൽ പ്രതിഫലിക്കുന്നു. അരാഷ്ട്രീയതയെ മുൻനിർത്തി വിദ്യാഭ്യാസത്തെ രാഷ്ട്രീയമുക്തമാക്കാനുള്ള ഭരണവർഗ്ഗ പദ്ധതിയെ ഗ്രന്ഥകാരൻ കൃത്യമായി തിരിച്ചറിയുന്നു. ധൈഷണിക മികവോടെ വിദ്യാഭ്യാസ പ്രശ്നങ്ങളെ സമീപിക്കുന്ന ഇതിലെ അദ്ധ്യായങ്ങൾ വിദ്യാഭ്യാസരംഗവുമായി ബന്ധപ്പെടുന്ന ഒരാൾക്കും ഒഴിവാക്കാനാകാത്തതാണ്.

**ചിന്ത പബ്ലിഷേഴ്സ്**

# അവതാരിക

**ഒ**രു കാലത്ത് വിദ്യാഭ്യാസം എന്ന് കേൾക്കുമ്പോൾ പ്രൈമറിതലം മുതൽ ഗവേഷണതലം വരെയുള്ള വിദ്യാഭ്യാസം എന്ന ചിന്തയാണ് ഏതൊരു വിദ്യാഭ്യാസ ചിന്തകന്റെയും മനസ്സിൽ ഓടിയെത്തുക. എന്നാൽ ഇന്ന് ആ സ്ഥിതിക്ക് മാറ്റം വന്നിരിക്കുന്നു. പ്രീപ്രൈമറിതലം മുതൽ ഗവേഷണബിരുദാനന്തര പഠനതലത്തിലേക്ക് വിദ്യാഭ്യാസമെന്ന പദത്തിന്റെ അർത്ഥതലം വികസിതമായിരിക്കുന്നു. കഴിഞ്ഞ ദശാബ്ദങ്ങളിലെ മുദ്രാവാക്യം "വിദ്യാഭ്യാസം കുട്ടികളുടെ മൗലികാവകാശം" എന്നായിരുന്നുവെങ്കിൽ ഇന്ന് "ഗുണമേന്മയുള്ള വിദ്യാഭ്യാസവും ഗുണമേന്മയുള്ള അദ്ധ്യാപകരും വിദ്യാർത്ഥിയുടെ മൗലികാവകാശം" എന്ന നിലയിലേക്ക് മാറിയിരിക്കുന്നു. ഇത് യുനെസ്കോയുടെ ഈ വർഷത്തെ (2015) മുദ്രാവാക്യമാണ്. ഇന്ത്യ ഉൾപ്പെടെ നൂറില്പരം രാജ്യങ്ങൾ യുനെസ്കോയുടെ ഈ പ്രഖ്യാപനത്തിൽ ഒപ്പു വച്ചിട്ടുണ്ട്. ഇന്ത്യ സ്വതന്ത്രയായി അറുപത്തെട്ടു വർഷം കഴിയുമ്പോഴും അൻപത് കോടിയിലധികം വരുന്ന യുവജനതയുടെ പത്ത് ശതമാനത്തിന് പോലും വിദ്യാഭ്യാസം നല്കാൻ നമ്മുടെ സർക്കാരിന് കഴിയുന്നില്ല. ഭരണഘടന വാഗ്ദാനം ചെയ്ത നിർബ്ബന്ധിത-സൗജന്യ-സാർവ്വത്രിക പ്രൈമറി വിദ്യാഭ്യാസം കേന്ദ്രസർക്കാരിന്റെ അജണ്ടയുടെ ഭാഗമാകാൻതന്നെ ആറു പതിറ്റാണ്ട് വേണ്ടിവന്നു. 2010 ഏപ്രിൽ ഒന്നിന് നിലവിൽവന്ന വിദ്യാഭ്യാസാവകാശനിയമം അതിന്റെ പൂർണ്ണമായ അർത്ഥത്തിൽ നടപ്പിലാക്കാൻ കേന്ദ്ര-സംസ്ഥാന സർക്കാരുകൾക്ക് കഴിയുന്നില്ല. വിദ്യാഭ്യാസം സമവർതിപ്പട്ടികയിൽ ആയതിനാൽ സമ്പൂർണ്ണ പ്രൈമറി വിദ്യാഭ്യാസത്തിന് വേണ്ടിവരുന്ന ചെലവിന്റെ 90% കേന്ദ്രം വഹിക്കുമെന്നായിരുന്നു ആദ്യം പ്രഖ്യാപിച്ചത്. അത് പ്രായോഗികതലത്തിൽ എത്തിയപ്പോൾ 65% ആയി കുറച്ചു. ഇപ്പോൾ അത്

അൻപത് ശതമാനമായി കുറയ്ക്കാൻ കേന്ദ്രസർക്കാർ ആലോചിക്കുന്നു. മൂന്ന് വർഷം കൊണ്ട് വിദ്യാഭ്യാസാവകാശ നിയമത്തിൽ പറഞ്ഞിരുന്ന ഒട്ടുമിക്ക കാര്യങ്ങളും നാളിതുവരെയായി നടപ്പാക്കാൻ സംസ്ഥാന സർക്കാരുകൾക്കായിട്ടില്ല. കേരളം, ദില്ലി തുടങ്ങിയ അപൂർവ്വം സംസ്ഥാനങ്ങളൊഴിച്ചാൽ ഒട്ടുമിക്ക സംസ്ഥാനങ്ങളിലും വിദ്യാഭ്യാസാവകാശനിയമം അനുശാസിക്കുന്ന യോഗ്യത ഇല്ലാത്ത അദ്ധ്യാപകരാണ് ഇപ്പോഴും പഠിപ്പിക്കുന്നത്. യോഗ്യതനേടാനുള്ള കാലാവധി 2015 ഡിസംബർ 31 വരെ കേന്ദ്രസർക്കാർ നീട്ടിക്കൊടുത്തിരിക്കുകയാണ്. ബഹുഭൂരിപക്ഷം കുട്ടികളെയും സ്കൂളുകളിൽ എത്തിക്കാൻ കഴിഞ്ഞെങ്കിലും അവരെ സ്കൂളിൽ തുടർന്ന് നിലനിർത്താൻ സർക്കാരുകൾക്ക് കഴിയുന്നില്ല. സ്കൂളുകളുടെ ഭൗതികസൗകര്യം വർദ്ധിച്ചിട്ടുണ്ടെങ്കിലും ലക്ഷക്കണക്കിന് സ്കൂളുകളിൽ ഇപ്പോഴും പെൺകുട്ടികൾക്ക് പ്രത്യേക മൂത്രപ്പുരകളില്ല. 'ബേട്ടീ ബച്ചാവോ, ബേട്ടീ പഠാവോ' പദ്ധതിയുടെ ഭാഗമായി മൂത്രപ്പുരകൾ കെട്ടിത്തരുവാൻ ബാങ്കുകളെയും വ്യവസായസ്ഥാപനങ്ങളെയും സമീപിക്കാനാണ് മോഡി സർക്കാർ നിർദ്ദേശിച്ചിരിക്കുന്നത്.

ഉന്നതവിദ്യാഭ്യാസമേഖലയുടെയും സ്ഥിതി വ്യത്യസ്തമല്ല. യു പി എ സർക്കാർ സ്വകാര്യവല്ക്കരണത്തിനു മുൻതൂക്കം നല്കിയിരുന്നെങ്കിൽ ബി ജെ പി സർക്കാർ വാണിജ്യവല്ക്കരണത്തിനും അതുവഴി കുത്തകവല്ക്കരണത്തിനുമാണ് ശ്രമിക്കുന്നത്. അതിന്റെ ഭാഗമായി സ്വാശ്രയകോളേജുകളും സ്വയംഭരണ കോളേജുകളും പ്രൈവറ്റ് യൂണിവേഴ്സിറ്റികളും വിദേശ സർവ്വകലാശാലകളുടെ ഓഫ് ഷോർ കാമ്പസുകളും യഥേഷ്ടം അനുവദിക്കുന്നു. നാളിതുവരെ യു ജി സി പോലുള്ള സ്ഥാപനങ്ങളായിരുന്നു അനുവദിച്ചിരുന്നതെങ്കിൽ ഇന്നതെല്ലാം വകുപ്പുമന്ത്രി സ്മൃതി ഇറാനി നേരിട്ട് ആണെന്ന വ്യത്യാസം മാത്രം. മന്ത്രിയുടെ വഴിവിട്ട അമിതാധികാരപ്രയോഗത്തിൽ മനസ്സുമടുത്ത നിരവധി ഉദ്യോഗസ്ഥരും അക്കാദമിക്കുകളും തങ്ങളുടെ ലാവണം ഉപേക്ഷിച്ചു പൊയ്ക്കഴിഞ്ഞു. അധികാരത്തിലേറി ഒരുവർഷം കഴിഞ്ഞിട്ടും ദേശീയ വിദ്യാഭ്യാസനയം പ്രഖ്യാപിക്കാൻ പോലും സർക്കാർ കൂട്ടാക്കുന്നില്ല. അതേസമയം സംഘപരിവാർ അജണ്ട നടപ്പാക്കുന്നതിന്റെ ഭാഗമായി വിദ്യാഭ്യാസ സാംസ്കാരിക-ചരിത്ര വകുപ്പുകളുടെ തലപ്പത്ത് ആർ എസ് എസിന്റെ നേതാക്കളെ കുടിയിരുത്തിക്കഴിഞ്ഞു. വിദൂരമായിട്ടെങ്കിലും മതനിരപേക്ഷത വച്ചുപുലർത്തുന്ന ഒരാളും ഇന്നാ വകുപ്പുകളിൽ ഇല്ല. എന്തിനേറെ നാഷണൽ ബുക്ക് ട്രസ്റ്റിന്റെ ചെയർമാനായിരുന്ന നോവലിസ്റ്റ് സേതുവിനെപ്പോലും പുകച്ചു പുറത്തു ചാടിച്ചു.

ഈ പശ്ചാത്തലത്തിൽ വേണം എസ് എഫ് ഐ സംസ്ഥാന പ്രസിഡന്റ് കൂടിയായ ഷിജൂഖാന്റെ ഈ ലേഖനസമാഹാരം പരിശോധിക്കാൻ. പതിനാറ് ലേഖനങ്ങളിലായി പ്രി പ്രൈമറി മുതൽ ഗവേഷണാനന്തര തലം വരെയുള്ള വിദ്യാഭ്യാസ-സാമൂഹിക-സാംസ്കാരിക-ജനാധിപത്യധാരകളുടെ സ്ഥൂലതലം മുതൽ സൂക്ഷ്മതലം വരെയുള്ള ഒട്ടുമിക്ക പ്രശ്ന

ങ്ങളെയും കുറിച്ച് പുരോഗമനവിദ്യാർത്ഥിപ്രസ്ഥാനമായ എസ് എഫ് ഐയുടെ നിലപാടുകൾ അർത്ഥശങ്കയ്ക്കിടനല്കാത്തവിധം പ്രസ്താവിക്കുന്നു. ഇതിൽ ഏറ്റവും പ്രാധാന്യമർഹിക്കുന്ന ലേഖനം 'ടോട്ടോച്ചാന്റെ' പശ്ചാത്തലത്തിൽ എഴുതപ്പെട്ട ലേഖനം തന്നെയാണ്. ഓമനപ്പേരുള്ള സ്കൂളിൽ അവരെല്ലാം ഓമനകളാണോ എന്ന ചോദ്യത്തിലൂടെ പിഞ്ചുകുഞ്ഞുങ്ങളുടെ സർഗ്ഗചേതന ചവിട്ടിമെതിക്കുന്ന വിദ്യാഭ്യാസവാണിഭക്കാരെ കണക്കറ്റ് കശക്കാൻ ഷിജു മടിക്കുന്നില്ല. തുടർന്ന് സ. ഇ എം എസിന്റെ വീക്ഷണത്തിലൂന്നിനിന്നുകൊണ്ട് മാതൃഭാഷയിലൂടെയുള്ളതും മതനിരപേക്ഷവുമായ വിദ്യാഭ്യാസത്തിന്റെ പ്രസക്തി ഗുണമേന്മയുള്ള വിദ്യാഭ്യാസത്തിന് ഗുണമേന്മയുള്ള അദ്ധ്യാപകരുടെ ആവശ്യകത, സാമൂഹികനീതിയിലധിഷ്ഠിതമായ വിദ്യാഭ്യാസത്തിന്റെ ഉദ്ദേശ്യലക്ഷ്യങ്ങൾ, സമഗ്രബാലനയത്തിന്റെ ആവശ്യകത, കുരീപ്പുഴ ശ്രീകുമാറിന്റെ 'പുയ്യാപ്ല' കവിതയെ മുൻനിർത്തി പതിനാറ് വയസ്സിൽ പെൺകുട്ടികളെ പഠിപ്പിക്കേണ്ടതിന്റെ ആവശ്യകത, ഉന്നതവിദ്യാഭ്യാസരംഗത്ത് നടപ്പാക്കി വരുന്ന സ്വയംഭരണാദിക പരിഷ്കാരങ്ങളിലൂടെ സംഭവിച്ചേക്കാവുന്ന അപചയങ്ങൾ, ജനാധിപത്യ രാജ്യത്ത് സംഘടനാസ്വാതന്ത്ര്യം നേരിടുന്ന വെല്ലുവിളികൾ, വല്ലപ്പോഴും ചെറിയ പ്രതീക്ഷകൾക്ക് വകനല്കുന്ന കോടതിവിധികളുടെ പ്രസക്തി തുടങ്ങി കഴിഞ്ഞ മൂന്നാല് വർഷക്കാലം കേരളത്തിൽ യു ഡി എഫ് സർക്കാർ നടപ്പാക്കി വരുന്ന വിദ്യാഭ്യാസവിരുദ്ധ പ്രവർത്തനങ്ങളുടെ ഒരു ലഘുരേഖാചിത്രം ഷിജൂഖാൻ, *ജനകീയവിദ്യാഭ്യാസം, ഒരു വിദ്യാർത്ഥിപക്ഷ ഇടപെടൽ* എന്ന ഈ ലേഖനസമാഹാരത്തിലൂടെ അവതരിപ്പിക്കുന്നു. നിറഞ്ഞ സന്തോഷത്തോടെ ഈ പുസ്തകം ഞാൻ വായനക്കാരുടെ മുന്നിൽ അവതരിപ്പിക്കുന്നു.

കോഴിക്കോട്
29 മേയ് 2015

**ഡോ. ജെ പ്രസാദ്**
മുൻ വൈസ് ചാൻസലർ
ശ്രീശങ്കരാചാര്യ

# ഓമനപ്പേരുള്ള സ്കൂളുകളിൽ അവരെല്ലാം ഓമനകളാണോ?

**പ**ണ്ട് പണ്ട് ജപ്പാനിലെ ടോക്കിയോ നഗരത്തിൽനിന്നു മാറി ജിയുഗോകാ തീവണ്ടി സ്റ്റേഷനു സമീപം ഒരു സ്കൂൾ പ്രവർത്തിച്ചിരുന്നു. റ്റോമോ ഗാകെയ്ന് എന്ന ഈ സ്ഥാപനം ആരംഭിച്ചത് സൊസാക്കു കൊബായാഷി മാസ്റ്ററായിരുന്നു. സംഗീതത്തിലും പ്രകൃതിസൗന്ദര്യ ആസ്വാദനത്തിലും ശിശുവിദ്യാഭ്യാസത്തിലും അതീവ തത്പരനായിരുന്നു അദ്ദേഹം. കുട്ടികളുടെ സർവ്വതോന്മുഖമായ പുരോഗതി ലക്ഷ്യം വച്ചുള്ള "റ്റോമോ"യിലെ പാഠ്യപദ്ധതി ഏറെ ആകർഷകമായിരുന്നു. കുട്ടികൾക്കിടയിൽ ആത്മവിശ്വാസവും പരസ്പരം സഹകരണവും ഊട്ടിയുറപ്പിക്കാൻ പാകത്തിലുള്ള സമ്പ്രദായം. പാട്ടും ചിത്രരചനയും യാത്രകളും ഒത്തുചേർന്ന ഈ സ്കൂള് അദ്ദേഹം സ്ഥാപിച്ചത് ഹറുജി നകാമുറ എന്ന പ്രമുഖ വിദ്യാഭ്യാസ വിദഗ്ദ്ധന്റെ സ്വാധീനത്തിലാണ്.

യൂറോപ്പിലെ നിരവധി വിദ്യാലയങ്ങൾ കോബായാഷി നേരിൽക്കണ്ടു. ശിശുമനസ്സിനെ ആഴത്തിൽ പഠിച്ചു. മുതിർന്നവർ നേരത്തെ നിശ്ചയിച്ചുറപ്പിച്ച നിലയിൽ തങ്ങളുടെ കുഞ്ഞുങ്ങളെ വളർത്തരുതെന്ന് അദ്ദേഹം അഭ്യർത്ഥിച്ചു. ശിശുവിന് ജന്മസിദ്ധമായ ആഗ്രഹങ്ങളുണ്ടെന്നും അതിനെ മുതിർന്നവർ തുരങ്കം വയ്ക്കരുതെന്നും അദ്ദേഹം നിർദ്ദേശിച്ചു. മൂപ്പുള്ളവരുടെ സ്വപ്നങ്ങളെക്കാൾ മികച്ചതാണ് കുട്ടികളുടേതെന്ന് മാസ്റ്റർ വിശ്വസിച്ചു. 'റ്റോമോ'യിൽ അടിസ്ഥാന വിദ്യാഭ്യാസം നേടിയ തെത്സുകോ കുറോയാനഗി എന്ന പെൺകുട്ടി തന്റെ സ്മരണകൾ കുറിച്ചിട്ടു. പില്ക്കാലത്ത് അതു പുസ്തകമായി. *ടോട്ടോചാൻ* എന്നാണ് അതിന്റെ പേര്. അഞ്ചുവയസ്സ് മുതൽ 105 വയസ്സുവരെയുള്ളവരുടെ പ്രിയപ്പെട്ട കൃതിയായി ലോകം വാഴ്ത്തി. യൂനിസെഫി (UNICEF)ന്റെ ഗുഡ്‌വിൽ അംബാസിഡർ പദവിയിലേക്ക് തെത്സുകോ നിയോഗിക്കപ്പെട്ടത് ഈ കൃതിയുടെ പേരിലാണ്. 1982 ൽ തെത്സുകോ ഇങ്ങനെയെഴുതി:

> ടോട്ടോചാൻ പ്രസിദ്ധീകരിച്ചിട്ട് മൂന്നുവർഷം പിന്നിടുന്നതേയുള്ളൂ. പക്ഷേ, എന്നെ അക്ഷരാർത്ഥത്തിൽത്തന്നെ വിസ്മയിപ്പിക്കുകയും അതിലേറെ സംതൃപ്തമാക്കുകയും ചെയ്ത ഒരുപാട് കാര്യങ്ങൾ ഇതിനകം സംഭവിച്ചു. ഞങ്ങളുടെ പ്രിയപ്പെട്ട ഹെഡ്മാസ്റ്ററെ പറ്റിയും റ്റോമോയിലെ അവിസ്മരണീയ ദിനങ്ങളെപ്പറ്റിയും എഴുതിയപ്പോൾ അതൊരു ബെസ്റ്റ് സെല്ലർ ആയേക്കുമെന്ന് ഞാൻ സ്വപ്നത്തിൽപ്പോലും വിചാരിച്ചതല്ല. ആദ്യവർഷം ടോട്ടോചാന്റെ 45 ലക്ഷം പ്രതികളാണ് വിറ്റഴിഞ്ഞത്. ഇപ്പോൾ അത് 60 ലക്ഷത്തോടടുക്കുന്നു. പലരും എന്നോടു പറഞ്ഞത് ജപ്പാന്റെ പുസ്തക പ്രസാധന ചരിത്രത്തിൽ ഇതൊരു റെക്കോർഡാണ് എന്നാണ്

പുസ്തകത്തിന്റെ ആദ്യ അദ്ധ്യായത്തിൽ കഥാനായിക ടോട്ടോചാൻ (അതു താൻ തന്നെയെന്ന് എഴുത്തുകാരി) പഠിച്ചുകൊണ്ടിരുന്ന പഴഞ്ചൻരീതിയിലുള്ള ഒരു സ്കളിൽനിന്ന് പുറന്തള്ളപ്പെട്ടതായി പറയുന്നുണ്ട്. തീർത്തും യാദൃച്ഛികമായാണ് അവൾ റ്റോമോയിലെത്തുന്നത്.

കുഞ്ഞുങ്ങൾ പറയുന്നതെല്ലാം എത്ര സമയമെടുത്തും കേൾക്കുന്ന അദ്ധ്യാപകനാണ് കൊബായാഷി മാസ്റ്റർ. ഇതിനായി മണിക്കൂറുകൾ എടുത്താലും പരിഭവമില്ല. തീവണ്ടിയുടെ മാതൃകയിലാണ് സ്കൂളിന്റെ രൂപകല്പന. പുറത്ത് കളിസ്ഥലമുണ്ട്. കുട്ടികൾ ക്ലാസ്സിലിരുന്ന് മുഷിയുകയില്ല. യാത്രചെയ്തും കലാപ്രകടനങ്ങൾ കാണിച്ചും കായികാഭ്യാസം നടത്തിയും യുദ്ധത്തിൽ പരിക്കേറ്റ സൈനികരെ സന്ദർശിച്ചും കർഷകരെ നേരിൽക്കണ്ടും നീന്തിത്തുടിച്ചും മരം കയറിയും പാട്ടിനനുസരിച്ച് നൃത്തം ചെയ്തും അംഗപരിമിതരോട് വിവേചനം കൂടാതെ പെരുമാറിയും കവിത കേട്ടും അഭിനയിച്ചും ജീവിതത്തിന്റെ 'ശൈശവപാഠങ്ങൾ' അവർ സ്വായത്തമാക്കി. വൈകുന്നേരം വീട്ടിലെത്തിക്കഴിഞ്ഞാൽ വാതോരാതെ സ്കൂൾ വിശേഷം പറയും. തൊട്ടടുത്ത ദിനം പുലർന്നു കാണാൻ അവർ കൊതിച്ചത് സ്കൂളിലേക്കുവരാനുള്ള ആഗ്രഹം ഒന്നുകൊണ്ടുമാത്രം. ഒരു കുഞ്ഞിനേയും മാസ്റ്റർമാർ തല്ലിയിരുന്നില്ല. പരിഹസിച്ചുമില്ല. തെറ്റുവരുത്തിയാൽ അത് തിരുത്താനുള്ള സന്ദർഭം സൃഷ്ടിക്കുക മാത്രം ചെയ്തു. കുട്ടികൾ അതെല്ലാം തിരിച്ചറിഞ്ഞ് മുന്നേറി. എല്ലാവരും സ്കൂളിനെ ഒരുപാട് സ്നേഹിച്ചു. ഈ പ്രത്യേകതകൾ നേരിട്ടറിയാത്ത ആളുകൾ സ്കൂളിനെ പരിഹസിച്ചു. ശിശുവിദ്യഭ്യാസത്തെപ്പറ്റി വികലമായ കാഴ്ചപ്പാടുള്ളവർ അന്നുമുണ്ടായിരുന്നു. കുഞ്ഞുങ്ങളെ ശിക്ഷിച്ചും അവരോട് പരുക്കൻഭാഷയിൽ പ്രതികരിച്ചും ആണ് പഠിപ്പിക്കേണ്ടത് എന്ന് വാദിക്കുന്നവർ 'ടോമോ' വിദ്യാലയത്തെ കണക്കറ്റ് കളിയാക്കി. മുഴുവൻ സമയപഠനമാണ് കുട്ടികൾക്ക് നല്കേണ്ടതെന്ന് വാദിച്ച ചില രക്ഷാകർത്താക്കൾ – ഒന്നിലും തീരെ സംതൃപ്തി വരാത്തവർ – അവരിൽ ചിലർ കുഞ്ഞുങ്ങളെ അവിടെനിന്ന് മറ്റു സ്കൂളുകളിൽ കൊണ്ടുപോയി ചേർത്തു. എന്നാൽ അവിടെത്തന്നെ പഠിച്ച കുട്ടികൾ പ്രതിഭകളായി വളർന്നു എന്ന

താണ് വിമർശകർക്കുള്ള മറുപടി. 1945 ൽ രണ്ടാംലോകയുദ്ധകാലത്ത് ടോക്കിയോ കത്തിയെരിഞ്ഞപ്പോൾ ടോമോയും ചാമ്പലായി. അങ്ങനെ ചരിത്രം രചിച്ച ഒരു വിദ്യാലയത്തിന് വിരാമം. കേരളത്തിലെ ലക്ഷക്കണക്കിന് കുട്ടികൾക്ക് ടോട്ടോചാന്റെ ഛായയാണ്. പക്ഷേ, അവർക്ക് പഠിക്കാനുള്ളത് റ്റോമോ ഗാക്വെയ്ൻ പോലുള്ള വിദ്യാലയങ്ങളല്ല. കോബായാഷി മാസ്റ്ററെപ്പോലുള്ള അദ്ധ്യാപകരുമല്ല. പട്ടിക്കൂട്ടിൽ അകപ്പെട്ടിരിക്കുകയാണ് കേരളത്തിലെ സ്കൂൾബോധനം. ഈ വിഷയത്തെക്കുറിച്ചുള്ള ഒരു സംവാദത്തിന്റെ ആമുഖമായി ടോട്ടോചാനെ വായിക്കാം.

പെട്ടെന്നുണ്ടായ ഒരു വാർത്തയുടെയും വിവാദത്തിന്റെയും നാലതിരുകളിൽ അവസാനിപ്പിക്കേണ്ടതല്ല പ്രീ-സ്കൂൾ ബോധനത്തെക്കുറിച്ചുള്ള ആകുലതകൾ. സംസ്ഥാന സർക്കാർ, തദ്ദേശസ്വയംഭരണ സ്ഥാപനങ്ങൾ, മഹിളാ-വിദ്യാർത്ഥി-ബാലസംഘടനകൾ, ബാലാവകാശ പ്രവർത്തകർ, വിദ്യാഭ്യാസ വിദഗ്ദ്ധർ, മനശ്ശാസ്ത്രജ്ഞർ, അങ്കണവാടി, പ്രീ-സ്കൂൾ അദ്ധ്യാപക പ്രസ്ഥാനം തുടങ്ങിയ എല്ലാ വിഭാഗത്തിന്റെയും സവിശേഷ ശ്രദ്ധ അർഹിക്കുന്ന വിഷയമാണിത്. നാളയെപ്പറ്റിയുള്ള ചർച്ച നാളെത്തുടങ്ങിയിട്ട് കാര്യമില്ല. ഇന്നേ തുടങ്ങണം.

## പ്രീ-സ്കൂൾ സങ്കല്പം ഇതാണ്

മൂന്നു മുതൽ അഞ്ചുവയസ്സുവരെ പ്രായമുള്ളവരാണ് ഇവിടെയെത്തുന്നത്. പ്രീസ്കൂൾ എന്ന സങ്കല്പം ലോകവ്യാപകമായി അംഗീകരിക്കപ്പെട്ടിരിക്കുന്ന(വയസ്സിൽ ചെറിയ വ്യത്യാസമുണ്ട്) ഒന്നാണ്. കുട്ടികളുടെ സാമൂഹ്യവല്ക്കരണം അവിടെ ആരംഭിക്കുന്നു. ചുറ്റുപാടുകളിലേക്ക് കണ്ണും കാതും തുറന്നുവയ്ക്കാനുള്ള ശേഷി മെല്ലെമെല്ലെ അവരാർജിക്കുന്നു. ഔപചാരിക വിദ്യാഭ്യാസമല്ല ഇതുകൊണ്ട് ഉദ്ദേശിക്കുന്നത്. പ്രൈമറിസ്കൂളിലേക്ക് പറിച്ചുനടുന്നതിനു മുമ്പുള്ള രാസവളപ്രയോഗവുമല്ല. പാഠപുസ്തകങ്ങളിലൂടെയുള്ള നിർബ്ബന്ധിതരീതി ഇവിടെ ഉണ്ടാവില്ല. കളിച്ചും ചിരിച്ചും രസിച്ചും ശൈശവത്തെത്തന്നെ ഒരു 'പാഠാവലി'യായി രൂപാന്തരപ്പെടുത്തുന്നു. നിരവധി ലോകപ്രശസ്ത മാതൃകകൾ ഈ മേഖലയിലുണ്ട്. വാക്കുകൾ കൂട്ടിച്ചൊല്ലാൻ പ്രായമെത്താത്ത കുരുന്നുകളെ വൈലോപ്പിള്ളി വിളിച്ചത് ദൈവജ്ഞരെന്നാണ്. അവർക്ക് ദീർഘദർശനം ചെയ്യാനുള്ള കഴിവുണ്ടെന്ന് അദ്ദേഹം പറഞ്ഞു. ഇളംപ്രായത്തിലെ പ്രചാരണത്തിനു വേണ്ടിയാണ് പ്രീ-സ്കൂൾ സ്ഥാപിക്കപ്പെടുന്നത്. കുഞ്ഞുങ്ങളുടെ മൗലികത പുഷ്പിക്കാൻ കഴിയുംവിധമുള്ള അന്തരീക്ഷമാണ് അവിടെ ഉണ്ടാവുക. നഴ്സറി, കിന്റർഗാർട്ടൻ, പ്ലേസ്കൂൾ, ഡേകെയർ എന്നിങ്ങനെയുള്ള ഓമനപ്പേരുകളിൽ ലോകവ്യാപകമായി പ്രീ-സ്കൂൾ നിലനില്ക്കുന്നു. പഴഞ്ചൊല്ലുകളും കഥയും കവിതയും ഗാനങ്ങളും കുഞ്ഞുങ്ങൾക്ക് സമ്മാനിക്കപ്പെടുന്നു. സമപ്രായക്കാരായ മറ്റുള്ളവരുടെ സാമീപ്യം കുഞ്ഞുങ്ങളെ ആഹ്ലാദിപ്പിക്കുന്നു. നൃത്തം വയ്ക്കാനും അഭിനയിക്കാനും അവർ ആഗ്രഹിക്കുന്നു. കുഞ്ഞുങ്ങളുടെ സ്വഭാവരൂ

പീകരണത്തിന്റെ ആദ്യപടി ഇതുതന്നെ. ഇവിടെയുള്ളത് ശിശുപരിചരണമാണ് അച്ചടക്കപരിപാലനം അല്ല. കർക്കശമായ വിശ്വാസപ്രമാണങ്ങൾ, സദാചാരനിഷ്ഠകൾ എന്നിവ അടിച്ചേല്പിക്കപ്പെടുന്നില്ല. വിജ്ഞാന വ്യാപനവും സമ്പാദനവും ഇവയുടെ ലക്ഷ്യമല്ല. ഉത്സാഹവും ആഹ്ലാദവും നിരീക്ഷണപാടവവും വളർത്തുന്നു. ഇന്ദ്രിയങ്ങൾ ചലനാത്മകമാവുന്നു. കളികളാണ് കൂടുതൽ ഉണ്ടാവുക. ആരോഗ്യമുള്ള മനസ്സും ശരീരവും നിർമ്മിക്കപ്പെടാൻ ഇത് ഇടയാക്കുന്നു. ജീവിതത്തിന്റെ വരുംകാല പ്രതിസന്ധികളെ അഭിമുഖീകരിക്കാനുള്ള സന്നദ്ധത കളിയിലൂടെ ആർജ്ജിക്കുന്നു. ഭാവനയുടെ ലോകത്ത് കുഞ്ഞുങ്ങൾ ഉല്ലസിക്കുന്നു. ശൈശവകാലത്തുണ്ടാകുന്ന മാനസിക സംഘർഷങ്ങളെയും സമ്മർദ്ദങ്ങളെയും ലഘൂകരിക്കുന്നത് ഇത്തരം ഉല്ലാസവേളകളാണ്. കളിക്കാനും കലാ-കായിക പ്രകടനങ്ങൾ നടത്താനും കഴിയാതെ വരുന്ന കുഞ്ഞുങ്ങളുടെ മനോഘടനയിൽ വ്യതിയാനം ഉണ്ടാവും. സ്വയം വളർന്നുവരാനും നവീകരിക്കാനും മുതിർന്നവരെപ്പോലെ ആകാനുമുള്ള ആഗ്രഹം ശിശുവിന്റെ പ്രത്യേകതയാണ്. ഇതിനുള്ള സ്വാഭാവിക അന്തരീക്ഷം ഇവിടെ ഉണ്ടാവും.

### കുട്ടികളെ നിർവ്വചിക്കുമ്പോൾ

കുട്ടികളെ നിർവ്വചിക്കുക എന്നത് സങ്കീർണ്ണമായ ഒരുകാര്യംതന്നെ. മുതിർന്നവരെ നിരീക്ഷിക്കുന്നതിനെക്കാൾ ശ്രമകരമാണിത്. ഓരോ കുട്ടിയും ഓരോ ലോകത്തു ജീവിക്കുന്നു. നിഷ്കളങ്കമായ അവന്റെ പുഞ്ചിരി സൂര്യശോഭയെ ലജ്ജിപ്പിക്കുമെന്ന് ഫ്ളോറൻസ് നൈറ്റിൻഗേൽ. അവൻ/അവൾക്ക് വേണ്ടത് എന്താണ് എന്ന് നമ്മളറിഞ്ഞേ തീരൂ. അമിത ഉപദേശവും മൃഗീയമായ ശിക്ഷാവിധികളും പരിഹാസ ശരങ്ങളും കുഞ്ഞിനെ പോറലേല്പിക്കും. ലോകത്ത് മനുഷ്യർ ചെയ്യുന്ന ക്രൂരതകളിൽ ഏറ്റവും വലുത് കുഞ്ഞുങ്ങളോടുള്ള അവഗണനയാണെന്ന് ചിലിയൻ കവിയിത്രി ഗബ്രിയേലാ മിസ്ത്രാൾ. കുഞ്ഞിന്റെ ജന്മവാസനകൾ, സാമൂഹ്യവീക്ഷണം, രക്ഷാകർത്താക്കളുമായുള്ള ബന്ധം. പൊതുപരിസരത്തോടുള്ള സംവേദനക്ഷമത ഇതെല്ലാം പൂവിടരുന്നതുപോലെ സ്വാഭാവികമായി സംഭവിക്കണം. കുഞ്ഞിനെക്കുറിച്ചുള്ള നിത്യചൈതന്യയതിയുടെ കാഴ്ചപ്പാടുകൾ ശ്രദ്ധേയമാണ്. കുഞ്ഞ് ഈ ലോകത്തിന് പുതിയതാണ് കുഞ്ഞിന് ഈ ലോകവും പുതിയതാണ്. കുഞ്ഞ് ലോകത്തെയും ലോകം കുഞ്ഞിനെയും പരിചയിക്കണമെന്ന് അദ്ദേഹം പറയുന്നു. അവർ അന്യോന്യം പരിചയിക്കുവാൻ ആവശ്യമായ വേദിയും പാരസ്പര്യം വളർത്താനുള്ള സമ്പ്രദായവും ഉണ്ടാക്കിക്കൊടുക്കുകയാണ് വിദ്യാഭ്യാസത്തിന്റെ ചുമതലയെന്നാണ് അദ്ദേഹത്തിന്റെ പക്ഷം. നൂറ്റാണ്ടുകളായി വിദ്യാഭ്യാസം നല്കിക്കൊണ്ടിരിക്കുന്നവർ തീരെ മറന്നുപോയ ഒരു വസ്തുതയുണ്ട്; കുഞ്ഞിനുമാത്രമല്ല വിദ്യാഭ്യാസം കൊടുക്കേണ്ടത്, കുഞ്ഞിനെ അതിന്റേതാക്കുന്ന ലോകത്തിനും വിദ്യാഭ്യാസം കൊടുക്കണം.

എല്ലാവരും കുഞ്ഞിന്റെ അജ്ഞതയിലേക്കാണ് തുറിച്ചുനോക്കുന്നത്. അവന്റെ അല്ലെങ്കിൽ അവളുടെ കൊച്ചു മസ്തിഷ്കത്തിൽ ഒരു സൂചിപ്പഴുതിനുപോലും ഇടമില്ലാത്ത രീതിയിൽ വസ്തു വിജ്ഞാനം കുത്തിവെക്കാം എന്ന കാര്യത്തിലാണ് എല്ലാവരുടേയും മത്സരം. അദ്ദേഹം ചൂണ്ടിക്കാട്ടുന്നു: ഒരു കുഞ്ഞിനെ സംബന്ധിച്ചിടത്തോളം ലോകത്തിനുണ്ടായിരിക്കുന്ന അജ്ഞത എത്ര ഭീകരമാണെന്ന് ആരും ശ്രദ്ധിക്കുന്നില്ല. സ്വന്തം മാതാപിതാക്കൾക്കുപോലും കുഞ്ഞ് അവരുടെ ഊരുക്കളിൽ നിന്നു ഊർന്നുവീണതായതുകൊണ്ട് കുഞ്ഞിനെ സംബന്ധിക്കുന്നതെല്ലാം അറിയാമെന്നാണ് ധാരണ അദ്ദേഹം തുടരുന്നു.

ഓരോ കാലത്തിനുമനുസരിച്ച് ശൈശവത്തെക്കുറിച്ചുള്ള ധാരണകൾ മാറേണ്ടതുണ്ട്, കുഞ്ഞുങ്ങളോടുള്ള പെരുമാറ്റരീതിയും. നിസ്സാര കാര്യം എന്ന നിലയിൽ അവരോട് തട്ടിക്കയറി അവരെ കീഴ്പ്പെടുത്താമെന്ന് കരുതുന്നവരുണ്ട്. ശാരീരിക അർത്ഥത്തിൽ അത് സത്യവുമാണ്. പക്ഷേ, ശിശുമനസ്സ്. നിങ്ങളുടെ മുന്നിൽ കീഴടങ്ങിയെന്നുവരില്ല.

## കേരളത്തിലെ സ്വകാര്യ പ്രീ-സ്കൂളുകൾ ഇങ്ങനെയാണ്

കേരളത്തിലെ സ്വകാര്യ പ്രീ-സ്കൂളുകളെ സംബന്ധിച്ച് ആധികാരികമായ ഒരു കണക്കും സർക്കാരിന്റെ പക്കലില്ല. സ്വകാര്യവ്യക്തികളുടെ വീടിനോടുചേർന്നവ, വാണിജ്യ സമുച്ചയത്തോട് ചേർന്നവ, വീടിന്റെ ടെറസിൽ സ്ഥാപിച്ചവ, തിരക്കേറിയ പട്ടണപ്രദേശങ്ങളിലെ ഒഴിഞ്ഞ കടമുറികളോട് ചേർന്നവ, എന്നിങ്ങനെ വ്യത്യസ്ത ഭൗതിക പശ്ചാത്തലമാണ് ഇത്തരം സ്കൂളുകൾക്കുള്ളത്. ഇടുങ്ങിയ ക്ലാസ്മുറികളാണ് കൂടുതലും. പലയിടങ്ങളിലും കളിസ്ഥലങ്ങൾ ഇല്ല (മാതൃകാപരമായി പ്രവർത്തിക്കുന്ന മികച്ച കളിസ്ഥലവും വിസ്താരമേറിയ ക്ലാസമുറികളുമുള്ള സ്ഥാപനങ്ങൾ താരമത്യേന കുറവാണ്). ഏറിയപങ്കും ശോച്യാവസ്ഥയിൽത്തന്നെ. കുഞ്ഞുങ്ങളെ തടവിൽവയ്ക്കുന്നതിനു സമാനമായ രീതി അവലംബിക്കുന്നവരുമുണ്ട്. ആവശ്യത്തിന് കളിപ്പാട്ടങ്ങൾ, കളിക്കോപ്പുകൾ എന്നിവ പലയിടങ്ങളിലും ഇല്ല. ശാന്തവും സ്വസ്ഥവുമായ അന്തരീക്ഷത്തിന്റെ അഭാവം എടുത്തുപറയേണ്ടതാണ്. കാതടപ്പിക്കുന്ന ശബ്ദഘോഷത്തിനിടയിൽ കുഞ്ഞുങ്ങളെ വളർത്തുന്നു (അതോ തളർത്തുകയോ?). ആവശ്യത്തിന് സൂര്യപ്രകാശം കടന്നുവരാത്ത കേന്ദ്രങ്ങളുമുണ്ട്. പ്രകൃതി സൗഹൃദ അന്തരീക്ഷം പലയിടത്തുമില്ല.

ആധുനികമായ ശുചിമുറികൾ, വൃത്തിയുള്ള ക്ലാസ്മുറിയും സ്കൂൾ അന്തരീക്ഷവും, ശിശുസൗഹൃദപശ്ചാത്തല സൗകര്യങ്ങൾ എന്നിവ ക്രമീകരിക്കാൻ പുതിയ സ്ഥാപനങ്ങൾ പോലും തയ്യാറാവുന്നില്ല. ഇതെല്ലാം ഏറെ അനിവാര്യമായ ഘടകങ്ങളാണെന്ന് സ്ഥാപന നടത്തിപ്പുകാർ കരുതുന്നില്ല എന്നതാണ് യാഥാർത്ഥ്യം. പലപ്പോഴും കുഞ്ഞുങ്ങൾക്ക് വിശ്രമിക്കാനും ഉറങ്ങാനും സൗകര്യപ്രദമായതും വൃത്തിയുള്ളതുമായ കിടക്കകൾ/പായ എന്നിവ ലഭിക്കുന്നില്ല. വേണ്ടത്ര പരിശീലനവും യോഗ്യ

തയും ഉള്ള പരിചാരകരുടെ അഭാവം ഗൗരവമുള്ള പ്രശ്നമാണ്. ശിശുപരിചരണം-ശിശുമന:ശാസ്ത്രം എന്നീ വിഷയങ്ങളിൽ പ്രാവീണ്യം ലഭിച്ചവരാണ് ഇവിടെ ഉണ്ടാവേണ്ടത്. ഇവരുടെ യോഗ്യത ഉറപ്പുവരുത്താൻ സബ് ജില്ല/ജില്ല/ സംസ്ഥാന തലത്തിൽ യാതൊരു സംവിധാനവുമില്ല. (എഞ്ചിനീയറിങ്-മെഡിക്കൽ-സ്വാശ്രയ കോളേജുകളിൽ പഠിപ്പിക്കുന്നവരുടെ യോഗ്യത പരിശോധിക്കാനുള്ള സംവിധാനമില്ലാത്ത നാടല്ലേ!) വ്യത്യസ്ത തരം സിലബസുകൾ ഇത്തരം സ്കൂളുകളിൽ അഭ്യസിപ്പിക്കുന്നു. ഉയർന്ന ക്ലാസിലെ കുട്ടികൾക്ക് ഉപയോഗിക്കാവുന്ന ഭാഷ-സാമൂഹ്യ-ശാസ്ത്രപാഠങ്ങൾ അടിച്ചേല്പ്പിക്കുന്നു. ഇംഗ്ലീഷും ഹിന്ദിയുമൊക്കെ പഠിക്കാൻ കുഞ്ഞുങ്ങൾ നിർബ്ബന്ധിക്കപ്പെടുന്നു. രക്ഷിതാക്കളുടെ പിടിവാശിയും സ്ഥാപനനടത്തിപ്പുകാരുടെ 'സേവനവും' ഒത്തുചേരുമ്പോൾ കുഞ്ഞിന്റെ മൗലികത ഇല്ലാതാവുന്നു. അവർക്ക് കടുത്ത സമ്മർദ്ദം അനുഭവിക്കേണ്ടിവരുന്നു. ശാരീരിക-മാനസിക പ്രശ്നങ്ങളും സംഭവിക്കുന്നു. ഉറക്കക്കുറവും ഉത്ക്കണ്ഠയും മുതൽ വിസർജ്ജന പ്രശ്നങ്ങളും ഛർദ്ദിയും വിഷാദവും വയറുവേദനയും ഉണ്ടാവാം. തലയും തലച്ചോറും വളരുന്നതിനുമുമ്പേ എഴുത്തും വായനയും ആർജ്ജിക്കാൻ കുഞ്ഞിനെ നിർബ്ബന്ധിക്കുന്നതുകൊണ്ട് യാതൊരു ഗുണവുമില്ലെന്ന് മനഃശാസ്ത്രജ്ഞർ പറയുന്നു. പക്ഷേ, ആരാണ് കേൾക്കുക? യാതൊരുവിധ അംഗീകാരവുമില്ലാതെ നൂറുകണക്കിന് സ്ഥാപനങ്ങൾ പ്രവർത്തിക്കുന്നു. ഉയർന്ന ഫീസ് വാങ്ങുന്നു. പരിചാരകർക്ക് തുച്ഛശമ്പളം നല്കി ചൂഷണം ചെയ്യുന്നു. അഡ്മിഷൻ ലഭിക്കാൻ ഇന്റർവ്യൂവരെയുണ്ട്. ഭൂരിപക്ഷവും ഇംഗ്ലീഷ് മീഡിയമാണ് ബോധനമാർഗ്ഗം. പട്ടിക്കൂട്ടിൽ അടച്ചെന്നും വരാം! പുറമേനിന്ന് മുത്തശ്ശിമാർ/ബാലസാഹിത്യകാരന്മാർ എന്നിവരുമായി ഇടപഴകാൻ അവസരമില്ല. പാട്ടുപാടിയും കലാപ്രകടനങ്ങൾ കാഴ്ചവെച്ചും കുഞ്ഞുങ്ങളുടെ മനസ്സിനെ ഉണർത്താൻ കഴിയുന്ന പരിചാരകരുടെ അഭാവം സർഗ്ഗചേതന നഷ്ടപ്പെട്ട പുതുതലമുറയെ മാത്രമേ സൃഷ്ടിക്കുകയുള്ളൂ.

## പൊതുസ്ഥാപനങ്ങളുടെ പ്രസക്തി

തദ്ദേശസ്വയംഭരണസ്ഥാപനങ്ങളുടെ മേൽനോട്ടത്തിൽ അങ്കണവാടികളും സർക്കാർ ശിശുക്ഷേമ സമിതിയുടെ ക്രഷുകളും കേരളത്തിലുണ്ട്. അങ്കണവാടികൾ മാത്രം കുറഞ്ഞത് 33,107 എണ്ണം ഉണ്ടാവും (2012 ലെ കണക്ക്). 3 സെന്റിൽ ഉള്ള കെട്ടിടവും അനുബന്ധഭാഗവുമാണ് പൊതുവിൽ കാണാൻ കഴിയുക (1,19,521 സ്വന്തം കെട്ടിടത്തിൽ, 13,586 വാടക കെട്ടിടത്തിൽ). അങ്കണവാടികൾ എന്നാൽ കുഞ്ഞുങ്ങളുടെ ഉദ്യാനമാണെന്ന പ്രാഥമിക സങ്കല്പം പൂവണിയാൽ മൂന്നുസെന്റ് മതിയാവുമോ? ഇവിടങ്ങളിൽ പോഷകാഹാര പദ്ധതി നടപ്പാക്കപ്പെടുന്നുണ്ട്. ആധുനികമായ പാചകശാലകളും കുഞ്ഞുങ്ങൾക്ക് ഭക്ഷണംകഴിക്കാനുള്ള പ്രത്യേക സൗകര്യവും ഇവിടെ ഉണ്ടാവണം. മികച്ച ശുചി മുറി

കൾ നിർബ്ബന്ധവുമാണ്. അങ്കണവാടികളിലെ വർക്കർ, ഹെല്പ്പർ എന്നിവരുടെ ശമ്പളം 5000/-, 3000/- എന്നീ ക്രമത്തിലാണ്. ഇത് പരിഷ്ക്കരിക്കണം. കുറഞ്ഞത് 12000/- രൂപ അനുവദിക്കണം. സ്വകാര്യസ്ഥാപനങ്ങളിലും ഈ സ്ക്കെയിൽ നിലവിൽ വരണം. സാധാരണക്കാരായ എല്ലാ രക്ഷാകർത്താക്കൾക്കും സുരക്ഷിതമായ ഇടം എന്ന നിലയിൽ കുഞ്ഞുങ്ങളെ പറഞ്ഞയക്കാൻ പറ്റിയ സ്ഥാപനങ്ങളായ അങ്കണവാടികൾ ഇനിയും വികസിക്കണം. എല്ലാ ഭൗതിക പരിമിതികൾക്കിടയിലും മതനിരപേക്ഷ അന്തരീക്ഷം ഇവിടെ നിലനില്ക്കുന്നുണ്ട് എന്നത് എടുത്തുപറയേണ്ടതാണ്. പൊതു ഇടങ്ങളായി ഇവ ഇനിയും ശക്തിപ്പെടണം. സമൂഹത്തിൽ അവശേഷിക്കുന്ന മതേതരഭിത്തിക്ക് ഉറപ്പും ബലവും നല്കുന്നത് അങ്കണവാടികളുടെ സാമീപ്യമാണ്. നിരന്തരം പരീക്ഷിക്കുകയും പരീക്ഷയ്ക്ക് തയ്യാറെടുപ്പിക്കുകയും ചെയ്ത്, ശൈശവത്തെ കശക്കിയെറിയുന്ന സ്വകാര്യസ്കൂളുകളുടെ ചൂഷണത്തെ പ്രതിരോധിക്കാൻ അങ്കണവാടികളെ നവീകരിക്കണം. അങ്കണവാടികളുടെ വികസനത്തിന് പ്രത്യേക പദ്ധതി തയ്യാറാക്കണം.

## പ്രീ-സ്കൂൾ സമ്പ്രദായം പരിഷ്കരിച്ചേ മതിയാവൂ

കേരളത്തിലെ പ്രീ-സ്കൂൾ സമ്പ്രദായം പരിഷ്ക്കരിക്കാൻ ഒരു നിമിഷം വൈകിക്കൂടാ. കുട്ടികളെ പരിചരിക്കാനും അവർക്കുവേണ്ട ഭൗതിക പശ്ചാത്തലമൊരുക്കാനും ശാസ്ത്രീയമായ രീതികൾ നടപ്പിലാക്കിയേ മതിയാവൂ. കളികൾക്ക് വലിയ പ്രാധാന്യം നല്കണം. കളിയിലൂടെ കൂട്ടായ്മയും ആഹ്ലാദപൂർണ്ണമായ മനോഭാവവും ജനിക്കുന്നു. കടുത്ത ഗണിതശാസ്ത്രപാഠങ്ങൾ നല്കരുത്. നിർബ്ബന്ധപൂർവ്വം എഴുത്തും വായനയും അഭ്യസിപ്പിക്കരുത്. കർക്കശമായ നിയമങ്ങൾ, നിയന്ത്രണങ്ങൾ എന്നിവ അടിച്ചേല്പ്പിക്കരുത്. സഹാനുഭൂതികളും വാത്സല്യവും ഇത്തരം സ്ഥാപനങ്ങളുടെ മുഖമുദ്രയാവണം. ആത്മവിശ്വാസം, സഹവർത്തിത്വം എന്നിവ വളർത്തിയെടുക്കണം. കുഞ്ഞുങ്ങളുടെ സംശങ്ങളെ നിരുത്സാഹപ്പെടുത്തരുത്. ചോദ്യങ്ങൾ ഉന്നയിക്കാൻ പ്രോത്സാഹനം നല്കണം. ഒരു ചോദ്യത്തെയും വലിച്ചെറിയരുത്. കുഞ്ഞിനെ അടിമയായി കാണുകയുമരുത്. ബാഹ്യലോകത്തെക്കുറിച്ച് അവർക്ക് അറിവ് നല്കണം. ഇതു 'പഠിപ്പിക്കൽ' ആവുകയുമരുത്. ധാർമ്മികത, സദാചാര നിഷ്ഠ എന്നിവയെപ്പറ്റിയുള്ള വികലവും യാഥാസ്ഥിതികവുമായ ചിന്തകൾ അവർക്ക് നല്കരുത്. മുതിർന്നവർ ജീവിച്ചു തുടങ്ങിയതിനെക്കാൾ പുരോഗതി പ്രാപിച്ച ലോകമാണ് കുഞ്ഞുങ്ങൾക്ക് കിട്ടിയതെന്ന് ഓർമ്മിക്കണം. പുരോഗമനപരമായ മൂല്യങ്ങൾ, ലിംഗസമത്വം, ജനാധിപത്യ സമീപനം എന്നിവയ്ക്ക് പരിഗണനന നല്കണം. അന്ധവിശ്വാസത്തെ പ്രോത്സാഹിപ്പിക്കരുത്. സ്വാതന്ത്ര്യ ബോധത്തോടെ ഭയരഹിതനായി വളരാൻ കഴിയുന്ന സാഹചര്യം സൃഷ്ടിക്കണം. സമത്വത്തിൽ അധിഷ്ഠിതവും സമാധാനപൂർണ്ണവുമായ അന്തരീക്ഷം ഉറപ്പുവരുത്തണം. സാംസ്കാരിക-ക

ലാ-കായിക-പ്രകടനങ്ങൾക്കും കളികൾക്കും കുട്ടികൾക്ക് ജന്മനാ അവകാശമുണ്ട്. പ്രവേശന പരീക്ഷകൾ, ഇന്റർവ്യൂ തുടങ്ങിയവ നിരോധിക്കണം. ഇത് ക്രൂരമാണ്. ഒരു കുഞ്ഞിനെയും മികച്ചത്/ മോശം എന്ന് നിർണ്ണയിക്കാൻ ഭൂമിയിലാർക്കും അവകാശമില്ല. മനുഷ്യവിരുദ്ധവും പ്രകൃതി വിരുദ്ധവും സാമൂഹ്യ വിരുദ്ധവുമാണ് ഇത്. തന്നെ പരിഹസിക്കുന്നവരുടെ, അവഗണിക്കുന്നവരുടെ ഓരോ ചലനവും സൂക്ഷ്മതയോടെ കുട്ടി ശ്രദ്ധിക്കുന്നു. കുഞ്ഞിനെ അവയെല്ലാം സ്വാധീനിക്കുകയും ചെയ്യുന്നു. കുഞ്ഞുങ്ങളെ അമിതമായി കുറ്റപ്പെടുത്തരുത്. അത് കടുത്ത അപകർഷതയുണ്ടാക്കും. മാനസിക സമ്മർദ്ദം സൃഷ്ടിക്കുന്ന പഠനജോലികൾ ഏല്പിക്കരുത്. കാണാതെ പഠിക്കുകയും എഴുതി ശീലിക്കുകയും ചെയ്യുമ്പോഴല്ല ചുറ്റുപാടിനോട് ഇണങ്ങിയും പിണങ്ങിയും സ്വാഭാവികമായി ജീവിച്ചു തുടങ്ങുമ്പോഴാണ് താനൊരു മനുഷ്യനാണെന്ന തിരിച്ചറിവിൽ കുട്ടി എത്തിച്ചേരുന്നത്. ഇത്തരം സ്ഥാപനങ്ങളിൽ ബോധനം മാതൃഭാഷ തന്നെയാവണം.

കുഞ്ഞുങ്ങൾക്ക് സന്തോഷത്തോടും സമാധാനത്തോടും ഇരിക്കാൻ കഴിയണം. നിശ്ശബ്ദതമായ അന്തരീക്ഷത്തിൽ ഉറങ്ങാനുള്ള സാഹചര്യമൊരുക്കണം. എന്നാൽ ഉറക്കം വരാത്തവരെ—നിർബ്ബന്ധിച്ച് ഉറക്കരുത്. ഇത് വ്യാപകമായി കണ്ടുവരുന്ന പ്രവണതയാണ്. ഇത്തരം നിർബ്ബന്ധങ്ങൾ കുഞ്ഞുങ്ങളുടെ വ്യക്തിത്വത്തെ നിരാകരിക്കലാണ്. പ്രാദേശികമായ കളിപ്പാട്ടങ്ങളും ഉദ്യാനവും വിശാലമായ കളിസ്ഥലവും ഇത്തരം സ്ഥാപനങ്ങളിൽ ഉണ്ടാവണം. മണ്ണുമായും സഹജീവികളുമായും ആയാസരഹിതമായ ബന്ധം സ്ഥാപിക്കാൻ അവസരം വേണം. ഇത്തരം സ്ഥാപനങ്ങളുടെ നിർമ്മാണം പോലും ശിശുസൗഹൃദപരമാവണം. ഇടുങ്ങിയ മുറികളാവരുത്. സ്ഥിരം കെട്ടിടങ്ങൾ ഉണ്ടാവണം. ശുചിമുറികൾ ആധുനികവല്ക്കരിക്കണം. ശുദ്ധജല ലഭ്യത ഉറപ്പുവരുത്തണം. ഇത്തരം സ്ഥാപനങ്ങളിൽ കുഞ്ഞുങ്ങൾക്കുമേൽ അതിക്രമം നടത്തുന്നവരെ കർശന നിയമനടപടിക്ക് വിധേയമാക്കണം (ദേശീയ ബാലാവകാശ കമ്മീഷൻ 7 സംസ്ഥാനങ്ങളെ സംബന്ധിച്ച് നടത്തിയ 2011 ലെ പഠനം തെളിയിക്കുന്നത് എഴുപതു ശതമാനത്തിനടുത്ത് കുട്ടികളും സ്കൂളിൽവച്ച് മുഖത്ത് അടിയേറ്റവരാണ്). ദേഷ്യവും അസംതൃപ്തിയും കലർന്ന ഭാഷയിൽ കുഞ്ഞുങ്ങളോട് സംസാരിക്കരുത്. സ്നേഹത്തോടെയുള്ള ഉപദേശമാവാം. വളരെ നൈസർഗ്ഗികമെന്നുതോന്നിക്കുന്ന പിണക്കവുമാവാം. അതിനപ്പുറം പോവരുത്. കുട്ടിയുടെ ശരീരത്തിന്റെയും മനസ്സിന്റെയും മേൽ ആധിപത്യം സ്ഥാപിക്കാനുള്ള വ്യഗ്രതയാണ് അടിസ്ഥാനപരമായി കടുത്തശിക്ഷയിലേക്ക് നയിക്കുന്നത്. വീട്ടിലും കുടുംബത്തിലും തന്റെ തന്നെ സാമൂഹ്യബന്ധത്തിലും ഉടലെടുക്കുന്ന സംഘർഷങ്ങൾ, കുഞ്ഞിനുമേൽ അടിച്ചേല്പിക്കുന്ന മുതിർന്നവരുണ്ട് (അദ്ധ്യാപകർ, രക്ഷകർത്താക്കൾ). വലിയ ശബ്ദമുണ്ടാക്കി കുഞ്ഞുമനസ്സിനെയും കൈക്കരുത്തുകാട്ടി ശരീരത്തേയും വേദനിപ്പിക്കുന്നത് ക്രൂരതയാണ്. കടുത്ത ശിക്ഷയ്ക്ക് വിധേയ

രാവുന്ന കുഞ്ഞുങ്ങളിൽ ചിലരെങ്കിലും ക്രൂരമായി മറ്റുള്ളവരോട് പെരുമാറാൻ പഠിക്കും. ചിലരാവട്ടെ തളർന്നുപോയെന്നുവരാം. ചിലർ സ്വയം വേദന കടിച്ചമർത്തും. ചിലർ പൊട്ടിക്കരയും. മറ്റുള്ളവരുടെ മേൽ ആധിപത്യം സ്ഥാപിക്കാനുള്ള മാർഗ്ഗമാണ് ഇതെന്നെ ബോധം അവരിലുണ്ടാവും. മാനസികാഘാതവും അരക്ഷിതാവസ്ഥയും രൂപപ്പെടും. കുഞ്ഞുങ്ങളെ പുച്ഛിക്കരുത് നല്ല കാര്യങ്ങളിൽ അഭിനന്ദിക്കാൻ മറക്കരുത്. അവർക്ക് സുരക്ഷിതത്വബോധം പ്രദാനം ചെയ്യുകയും വേണം.

സ്കൂൾ വിദ്യാഭ്യാസത്തിന് മാതൃഭാഷയാവണം മാധ്യമമെന്നത് ശാസ്ത്രീയ കാഴ്ചപ്പാടാണ്. എന്നാൽ കേരളത്തിൽ ഉൾപ്പെടെ ഈ തത്ത്വത്തിന് വേണ്ടത്ര സ്വീകാര്യത ലഭിക്കുന്നില്ല. മലയാളിയുടെ മദ്ധ്യവർഗ്ഗമനോഭാവവും പൊങ്ങച്ച സംസ്കാരവും സ്വകാര്യസ്കൂൾ ലോബിയും ചേർന്ന് ഇംഗ്ലീഷ് വിദ്യാഭ്യാസമാണ് പ്രതിഭയെ സൃഷ്ടിക്കുന്നതെന്ന വ്യാജപ്രചരണം നടത്തുന്നുണ്ട്. ഇതിനെക്കാൾ അപകടമേറിയ മറ്റൊന്നുണ്ട്. പ്രീസ്കൂൾ ബോധനത്തിനും ഇംഗ്ലീഷ് നിർബ്ബന്ധിത മാദ്ധ്യമമായിരിക്കുന്നു എന്നതാണ് അത്. സംസ്ഥാനത്തെ വിദ്യാലയങ്ങളിലെ മലയാള പഠനത്തെക്കുറിച്ച് പഠിക്കാനും മലയാളം നിർബ്ബന്ധിത വിഷയമാക്കുന്നതുമായി ബന്ധപ്പെട്ട് ആലോചിക്കാനും പ്രൊഫ. ആർ വി ജി മേനോൻ അദ്ധ്യക്ഷനായി ഒരു സമിതിക്ക് സർക്കാർ രൂപംനല്കിയിരുന്നു. ആർ വി ജി മേനോൻ സമിതിയുടെ റിപ്പോർട്ട് സർക്കാർ തത്ത്വത്തിൽ അംഗീകരിച്ചു. ഇതു നടപ്പാക്കുന്നതിനെ സംബന്ധിച്ച നിർദ്ദേശങ്ങൾ സമർപ്പിക്കാൻ പ്രൊഫ. ഒ എൻ വി കുറുപ്പ് അദ്ധ്യക്ഷനായി മറ്റൊരു സമിതിയെ നിയോഗിച്ചു. ദേശീയ-സംസ്ഥാനതല പ്രശസ്തിയുള്ള വിദഗ്ദ്ധരാണ് സമതിയിലുണ്ടായിരുന്നത്. ശിശുവിന് ലഭിക്കേണ്ട മാതൃഭാഷയിലൂന്നിയ ബോധനത്തെക്കുറിച്ചുള്ള സമിതിയുടെ നിരീക്ഷണം ഇതാണ്. ശിശുവിന് സമ്പന്നമായ ഭാഷാനുഭവങ്ങൾ ലഭിക്കുന്നത് സമീപസ്ഥ ചുറ്റുപാടുകളിൽ നിന്നാണ്. ശിശുവികാസത്തെ ഇത് നിർണ്ണായകമായി സ്വാധീനിക്കുന്നു. സമീപസ്ഥ ചുറ്റുപാടുകളിൽ നിന്ന് ശിശു ആർജ്ജിക്കുന്ന ഭാഷയെ സാങ്കേതികമായി ഒന്നാം ഭാഷ എന്നും മാതൃഭാഷ എന്നും പറയുന്നു. ശിശുവിന്റെ ബുദ്ധിപരവും വൈകാരികവുമായ വികാസത്തിന് മാദ്ധ്യമമായിത്തീരുന്നത് ഈ ഭാഷയാണ്. അതിനാൽ പഠനമാധ്യമം മാതൃഭാഷയായ ഒന്നാംഭാഷ തന്നെയായിരിക്കണം. വളർച്ചയുടെ ഘട്ടത്തിൽ സൗന്ദര്യാത്മകവും വൈകാരികവുമായ തലങ്ങളെ സ്പർശിക്കുന്നത് മാതൃഭാഷയും അതിന്റെ സാഹിത്യവുമാണ്. വിശാലാർത്ഥത്തിൽ മാതൃഭാഷാപഠനം സൗന്ദര്യാത്മക വിദ്യാഭ്യാസമാണ്. ഇത് എല്ലാ ഘട്ടങ്ങളിലും തുടർന്നുകൊണ്ടുപോകേണ്ടതുണ്ട്. സ്കൂൾ വിദ്യാഭ്യാസത്തെക്കുറിച്ചുള്ള വിദഗ്ദ്ധരുടെ കാഴ്ചപ്പാട് ഇതാണെങ്കിൽ പ്രീ-സ്കൂൾ കുട്ടികൾക്ക് മാതൃഭാഷതന്നെയാവണം മാദ്ധ്യമമെന്ന് എടുത്തുപറയേണ്ടതില്ലല്ലോ.

## പ്രീ-സ്കൂൾ പരിചാരകരുടെ പ്രസക്തി

പ്രീ-സ്കൂൾ പരിചാരകർ ഈ രംഗത്തോട് ആത്മാർത്ഥത ഉള്ളവരാകണം. സർവ്വകലാശാല അദ്ധ്യാപകൻ തന്റെ വിഷയത്തോട് എത്ര പ്രതിബന്ധത പ്രകടിപ്പിക്കുന്നുണ്ടോ അതിനേക്കാൾ ഉയർന്ന നിലയിൽ ശിശുപരിചരണത്തെ സംബന്ധിച്ച വൈദഗ്ദ്ധ്യം പ്രീസ്കൂൾ പരിചാരകർക്ക് ഉണ്ടാവണം. ശൈശവത്തിന്റെ മാറിവരുന്ന പ്രവണതകളെപ്പറ്റി പഠിക്കാൻ താല്പര്യമുണ്ടാവണം. സ്നേഹ-വാത്സല്യത്തോടെ പെരുമാറാനാവണം. തന്നിലേല്പിക്കപ്പെട്ടിരിക്കുന്നത് ഭാവിയെ രൂപപ്പെടുത്തുക എന്ന ചരിത്രപരമായ ചുമതലയാണെന്ന ബോദ്ധ്യമുണ്ടാവണം. പാട്ടുപാടിയും കഥകൾ പറഞ്ഞും കുഞ്ഞുങ്ങളുടെ സ്നേഹം പിടിച്ചുപറ്റാനാവണം. കുട്ടികൾ നിഷ്ക്കളങ്കരാണ്. അതുകൊണ്ടുതന്നെ അവർ പൊട്ടിത്തെറിച്ചെന്നുവരും. അതൊരു മഹാപരാധമായി കാണരുത്. നല്ലക്ഷമയോടെ അവരുടെ കാര്യങ്ങൾ കേൾക്കണം. പുതുതായി ഈ മേഖലയിൽ കടന്നുവരുന്ന പരിചാരകർ +2 പൂർത്തിയാക്കിയവരും 18 വയസ്സ് കഴിഞ്ഞവരും സർക്കാരിന്റെ മേൽനോട്ടത്തിലുള്ള ചൈൽഡ്കെയർ, ചൈൽഡ് സൈക്കോളജി എന്നിവ ഉൾക്കൊള്ളുന്ന ബേസിക് കോഴ്സ് പൂർത്തിയായവരുമാകണം. സർക്കാർ അംഗീകാരത്തോടെ ഇത്തരം കോഴ്സുകൾ ആരംഭിക്കണം. കുഞ്ഞുങ്ങൾക്ക് താല്പര്യമുള്ള പ്രവർത്തനങ്ങളും യാത്രകളും ഇഷ്ടപ്പെടുന്നവരാവണം പരിചാരകർ. കേരളത്തിലെ മുഴുവൻ സ്വകാര്യ പ്രീ-സ്കൂളുകൾക്കും രജിസ്ട്രേഷൻ നിർബ്ബന്ധമാക്കണം. അല്ലാത്തവ അടച്ചുപൂട്ടണം. തദ്ദേശ സ്ഥാപനങ്ങളുടെ മേല്നോട്ടത്തിൽ 3 മാസത്തിലൊരിക്കൽ പ്രീ-സ്കൂൾ പരിചാരകർക്കായി ശില്പശാല നടത്തണം. ഓരോ ശില്പശാലയിലും സ്ഥാപനമേധാവികളും പങ്കെടുക്കണം. വർഷാവർഷം സ്വകാര്യ സ്ഥാപനങ്ങൾക്ക് രജിസ്ട്രേഷൻ പുതുക്കി നല്കാൻ ശില്പശാലയിലെ ഹാജർ, സ്ഥാപനത്തിന്റെ പശ്ചാത്തല സൗകര്യം, പരിചാകരുടെ യോഗ്യത എന്നിവ പരിഗണിക്കണം എ ഇ ഒ തലത്തിൽ ഒരു സബ്ജില്ലാ പ്രീ-സ്കൂൾ മോണിറ്ററിങ് സെൽ ഉണ്ടാവണം. പഞ്ചായത്ത്/മുനിസിപ്പൽ/കോർപ്പറേഷൻ തലത്തിലുള്ള ശില്പശാല നടക്കുന്നുണ്ടോ എന്ന് റിവ്യൂ നടത്താൻ സർക്കാരിൻ കീഴിൽ ജില്ലാതല സംവിധാനമുണ്ടാവണം. സർക്കാർ/സ്വകാര്യ സ്ഥാപനങ്ങൾക്ക് പ്രാദേശിക വൈവിദ്ധ്യം നിലനിർത്തിക്കൊണ്ടുതന്നെ എന്നാൽ, ഏകമാനമായ പ്രവർത്തനരീതിക്കു വേണ്ടിയുള്ള മാർഗ്ഗനിർദ്ദേശരേഖ നല്കണം.

## സമഗ്ര പ്രീ-സ്കൂൾ പരിചരണ നിയമം

കുഞ്ഞുങ്ങളുടെ ശാസ്ത്രീയവും ആധുനികവുമായ പരിചരണം ഉറപ്പുവരുത്താനും സാമൂഹ്യവല്ക്കരണത്തിലൂടെ വ്യക്തിത്വം രൂപപ്പെടുത്താൻ ഇടയാക്കുന്നതും കേരളത്തിലെ എല്ലാ പ്രീസ്കൂളുകൾക്കും ബാധകമായതുമായ ഒരു പ്രീ-സ്കൂൾ നിയമം നിയമസഭ പാസാക്കണം. ഇത

നുസരിച്ചുള്ള പരിചരണം ലഭിക്കുക എന്നത് ഓരോ കുട്ടിയുടെയും അവകാശമായി അംഗീകരിക്കണം. പ്രീ-സ്കൂൾ കരിക്കുലം, അടിസ്ഥാന സൗകര്യം, പോഷകാഹാരം, പ്രീ-സ്കൂൾ പരിചാരകരുടെ ട്രെയിനിങ്, തദ്ദേശസ്വയംഭരണ സ്ഥാപനങ്ങളുടെ കടമ എന്നിവയെല്ലാം ഈ നിയമത്തിലുണ്ടാവണം. കുത്തഴിഞ്ഞ നിലയിൽ മുന്നോട്ടുപോവുന്ന രാജ്യത്തെ പ്രീ-സ്കൂൾ വിദ്യാഭ്യാസത്തെക്കുറിച്ച്, കേന്ദ്രവിദ്യാഭ്യാസ അവകാശ നിയമത്തിൽ വിശദമായി പറയുന്നില്ല. അതതു സംസ്ഥാന സർക്കാരുകൾ നിയമനിർമ്മാണം നടത്തണമെന്നു മാത്രമാണ് നിഷ്ക്കർഷിക്കുന്നത്. പ്രീസ്കൂൾ കമ്മീഷൻ രൂപംനല്കാൻ വൈകരുത്. കേരളത്തിലെ പ്രീസ്കൂളുകളെയും പൊതു അങ്കണവാടികളെയും പ്രത്യേകം വിഭാഗങ്ങളിൽ ഉൾപ്പെടുത്തി പഠനം നടത്തുന്നതിനായി രണ്ടു കമ്മീഷനുകളെ നിയോഗിക്കണം. ആറുമാസത്തിനകം റിപ്പോർട്ട് തയ്യാറാക്കി സമർപ്പിക്കാൻ സാധിക്കണം. സംസ്ഥാന ബാലാവകാശ കമ്മീഷൻ പ്രതിനിധി, സംസ്ഥാന ശിശുക്ഷേമ സമിതി പ്രതിനിധി, നിയമസഭയിലെ കുട്ടികളുടെയും സ്ത്രീകളുടെയും ക്ഷേമത്തിനുള്ള സമിതി അംഗം, ചൈൽഡ് സൈക്കോളജിസ്റ്റ്, പ്രീസ്കൂൾ വിദ്യാഭ്യാസ വിദഗ്ദ്ധൻ, ശിശുരോഗവിദഗ്ദ്ധൻ, കുട്ടികളുടെ രംഗത്ത് പ്രവർത്തിക്കുന്ന സംഘടനകളുടെ പ്രതിനിധി ഇത്തരം സർക്കാർ ഏജൻസികളുടെ പ്രതിനിധി എന്നിവരാകണം അംഗങ്ങൾ. പകുതി അംഗങ്ങൾ വനിതകളും ആയിരിക്കണം. ഏതു സ്ഥാപനവും സന്ദർശിക്കാനുള്ള അധികാരം ഇവയ്ക്ക് ഉണ്ടാവണം. ഈ റിപ്പോർട്ട് പരിഗണിച്ചശേഷം ഫലപ്രദമായ തുടർനടപടികൾ സർക്കാർ കൈക്കൊള്ളണം.

കേരളത്തിലെ പ്രീ-സ്കൂൾ സമ്പ്രദായത്തെ ഒരു പരിധിവരെ നവീകരിക്കാൻ ഇതുകൊണ്ടു കഴിയും; സംസ്ഥാന സർക്കാരിന് ആത്മാർത്ഥത ഉണ്ടെങ്കിൽ.... അല്ലാത്തപക്ഷം ഓമനപ്പേരുള്ള സ്കൂളുകളിൽ അവർ ഓമനകളായിരിക്കുകയില്ല...

# വിദ്യാഭ്യാസത്തിന്റെ രാഷ്ട്രീയവും ഭാഷയും

**നി**ന്റെ മകൻ
സെന്റ് തോമസ് ഇംഗ്ലീഷ് മീഡിയത്തിൽ
എന്റെ മകൾ
വിവേകാനന്ദാ വിദ്യാഭവനിൽ
അവന്റെ മകനും മകളും
ഇസ്ലാമിക് പബ്ലിക് സ്കൂളിൽ
ഒരേ ബെഞ്ചിലിരുന്ന്
ഒരേ പാഠപുസ്തകം പങ്കിട്ട്
ഒരേ വിശപ്പ് വായിച്ച്
നമ്മൾ പഠിക്കാതെ പഠിച്ച
ആ പഴയ ഉസ്കൂൾ ഇപ്പോഴുമുണ്ട്
പണ്ടത്തെ നമ്മുടെ അച്ഛനമ്മമാരെപ്പോലെ
പരമദരിദ്രരായ
ചിലരുടെ മക്കൾ അവിടെ പഠിക്കുന്നുണ്ട്
കുരിശും വാളും ശൂലവുമായി
നമ്മുടെ മക്കൾ
ഒരിക്കൽ കലിതുള്ളുമ്പോൾ
നടുക്ക് വീണു തടുക്കുവാൻ
അവരെങ്കിലും മിടുക്കരാകട്ടെ

(കവിത-*മിടുക്കൻ*-സോമൻ കടലൂർ)

**സ്കൂ**ൾ വിദ്യാഭ്യാസത്തിന്റെ മാധ്യമം മാതൃഭാഷയായിരിക്കണം. വിദ്യാഭ്യാസത്തെ സംബന്ധിച്ച ശാസ്ത്രീയ കാഴ്ചപ്പാട് ഇതാണ്. എന്നാൽ തെറ്റായ ചില ധാരണകൾ മൂലം ഇംഗ്ലീഷ് മീഡിയം സ്കൂളുകളാണ് കേമം എന്ന നിലയിൽ പ്രചരണം നടക്കുന്നു. നീതിന്യായ പീഠങ്ങൾപോലും

ഈ പ്രചരണത്തിന് കീഴ്പ്പെട്ടുകഴിഞ്ഞു. ഇന്ത്യയിലെ ഭൂരിപക്ഷം സംസ്ഥാനങ്ങളിലും ഇംഗ്ലീഷ് മീഡിയം സ്കൂളുകൾ കൂടുതൽ ആരംഭിക്കാനുള്ള ദിശയിലാണ് ചർച്ചകൾ എത്തിനില്ക്കുന്നത്. ഔദ്യോഗിക കണക്കുപ്രകാരം ഇന്ത്യയിൽ ഹിന്ദി, മറാത്തി ഇവയ്ക്കുശേഷം പ്രാഥമിക തലത്തിൽ ഇംഗ്ലീഷ് സ്കൂളുകളിലാണ് അധികവും. മുംബൈ, ഡൽഹി, ചെന്നൈ, അഹമ്മദാബാദ് എന്നീ നഗരങ്ങളിൽ ഇംഗ്ലീഷ് മീഡിയം സ്കൂളുകൾ പ്രാദേശിക ഇന്ത്യൻ ഭാഷാ മീഡിയം സ്കൂളുകളെക്കാൾ വർദ്ധിച്ചിരിക്കുന്നു. വിദ്യാഭ്യാസത്തിന്റെ ഗുണമേന്മയും കുട്ടികളും വ്യക്തിത്വവികാസവും ഇത്തരം സ്കൂളുകളാണ് നടക്കുന്നതെന്ന സങ്കല്പത്തിലാണ് രക്ഷിതാക്കൾ അവരെ ഇവിടേക്ക് അയയ്ക്കുന്നതെങ്കിലും ഈ സങ്കല്പം ശരിയല്ല എന്ന് പഠനങ്ങൾ തെളിയിക്കുന്നു. മികച്ച തൊഴിലവസരങ്ങൾ, ഉന്നതപഠനം ഇവയ്ക്ക് സഹായകരമാണ് ഇംഗ്ലീഷ്മീഡിയം വിദ്യാഭ്യാസം എന്ന വാദത്തിന് ശാസ്ത്രീയമോ ചരിത്രപരമോ ആയ പിന്തുണയുമില്ല. മാതൃഭാഷയിലൂടെയുള്ള പഠനം അക്ഷരങ്ങൾ, പദാവലികൾ ഇവ പഠിക്കുന്നതിനെ അനായാസകമാക്കുന്നു. ആത്മവിശ്വാസവും തിരിച്ചറിവും സർഗ്ഗാത്മക ശേഷിയും വർദ്ധിക്കുന്നു. ജപ്പാനും ചൈനയും തായ്വാനും വിയറ്റ്നാമും കൊറിയയും വ്യാവസായികമായി പുരോഗതി പ്രാപിച്ച രാജ്യങ്ങളാണ്. ഇവിടങ്ങളിൽ അദ്ധ്യയനത്തിനും വ്യവഹാരത്തിനുമായി പ്രാദേശിക ഭാഷകൾ ഉപയോഗിക്കുന്നു. പ്രാഥമിക തലം മുതൽ തന്നെ ശാസ്ത്രവിഷയങ്ങൾ തദ്ദേശീയഭാഷകളിൽ ആവിഷ്ക്കരിക്കുന്നു. സാംസ്കാരിക പുരോഗതിയെ ലക്ഷ്യംവച്ചുള്ള സ്നേഹപ്രകടനമല്ല മാതൃഭാഷയോട് നമുക്കുവേണ്ടത്. മാനവവിഭവശേഷിയുടെയും ഉല്പാദന വളർച്ചയുടെയും സാമ്പത്തിക-വികസനപ്രക്രിയയുടെയും ഭാഗമാണ് ഇത്.

ഭൂമിശാസ്ത്രപരവും ദേശസംബന്ധവുമായ അനുഭവങ്ങൾ മാതൃഭാഷയുടെ ഇടം വികസിപ്പിക്കുന്നു. ജീവിതത്തോട് ഏറ്റവും അടുത്തുനില്ക്കുന്ന സർവ്വതും മാതൃഭാഷയിലൂടെയാണ് നാം ആദ്യമറിയുന്നത്. ഭക്ഷണപദാർത്ഥങ്ങൾ, മനുഷ്യബന്ധങ്ങൾ, മണങ്ങൾ, പൂക്കൾ, ചെടികൾ, ഭാഷയിലെ പ്രത്യയങ്ങൾ, നാമപദങ്ങൾ, കാവ്യശകലങ്ങൾ തുടങ്ങിയവയെല്ലാം മാതൃഭാഷയെ തൊട്ടുരുമ്മി നില്ക്കുന്നു. സ്വപ്നങ്ങളുടെ ഭാഷയും മറ്റൊന്നല്ല. ഒരു ഭാഷയുടെ മരണം ആ ഭാഷയിൽ നിക്ഷേപിക്കപ്പെട്ട സർവ്വവിജ്ഞാനങ്ങളുടെയും മരണമാകുന്നത് അങ്ങനെയാണ്. ആറായിരത്തിലധികം ഭാഷകൾ മാതൃഭാഷാദിനാചരണത്തിന്റെ (ഫെബ്രുവരി 21) ഭാഗമാവുന്നു എന്നാണ് അനുമാനം. ആചരണത്തിൽ ഒതുങ്ങിപ്പോവുകയാണോ ഈ ആഘോഷങ്ങൾ എന്നത് മറ്റൊരു കാര്യം.

പാകിസ്ഥാന്റെ രൂപവല്ക്കരണത്തിനുശേഷം പടിഞ്ഞാറൻ, കിഴക്കൻ പ്രദേശങ്ങളിലെ ജനങ്ങൾക്കിടയിൽ ശക്തമായ അന്തരം ആരംഭിച്ചു. ഉറുദുഭാഷയിലൂടെ കിഴക്കൻ പാകിസ്ഥാനിൽ സാംസ്കാരിക അധിനിവേശം സ്ഥാപിക്കുകയാണോ എന്ന ആശങ്ക ബലപ്പെടുകയും ചെയ്തു. 1952 ൽ ഉറുദു ഭാഷ ഔദ്യോഗികമായി കിഴക്കൻ പാകിസ്ഥാന്റെ മേൽ അടിച്ചേ

ല്പിക്കപ്പെട്ടപ്പോൾ പ്രദേശവാസികൾ തെരുവിലിറങ്ങി. തങ്ങളുടെ ആത്മാഭിമാനവും അമ്മഭാഷയുമായ ബംഗാളിക്കുവേണ്ടി കൊടിപിടിക്കാൻ ആരും വൈമനസ്യം കാണിച്ചില്ല. സ്വാതന്ത്ര്യത്തിനായുള്ള തീവ്രമായ അഭിവാഞ്ഛ ജനങ്ങളെ പ്രക്ഷുബ്ധരാക്കി. സാംസ്കാരിക അധിനിവേശത്തിനെതിരെ കലാലയങ്ങൾ തിരിച്ചടി തുടങ്ങി. ലോകപ്രശസ്തമായ ധാക്ക സർവ്വകലാശാല പ്രക്ഷോഭകേന്ദ്രമായി. കലാപത്തിന് തിരികൊളുത്തി, തെരുവുകൾ കീഴടക്കിയ നൂറുകണക്കിന് വിദ്യാർത്ഥികളെ ഭരണകൂടം വെടിവച്ചുവീഴ്ത്തി. നിരവധിപേർ തങ്ങളുടെ ഭാഷയ്ക്കുവേണ്ടി രക്തസാക്ഷിത്വം വരിച്ചു. ലോകം ഞെട്ടിയ ഈ കൂട്ടക്കൊല 1952 ഫെബ്രുവരി 21 ന് ആയിരുന്നു. ജയിലറകളിൽ അടയ്ക്കപ്പെട്ടവർ കാരാഗൃഹഭിത്തികളിൽ ഭാഷാവിമോചനത്തിന്റെ മുദ്രാവാക്യം കുറിച്ചിട്ടു. 1956 ൽ ഈ സമരം വിജയംകണ്ടു. ബംഗാളിയും ഔദ്യോഗികഭാഷയായി അംഗീകരിക്കപ്പെട്ടു. വർഷങ്ങൾക്കുശേഷം ബംഗ്ലാദേശ് എന്ന രാഷ്ട്രത്തിന്റെ പിറവിക്കുപോലും പ്രചോദനം നല്കിയ സമരങ്ങളിലൊന്നിതായിരുന്നു. തീവ്രമത രാഷ്ട്രനിയമങ്ങളെ വലിച്ചെറിഞ്ഞ്, ഒരു മതേതര പ്രതിഛായ നേടിയെടുക്കാൻ ബംഗ്ലാദേശിന് സാധിച്ചതിന് പിന്നിലും ഇത്തരം ഭാഷാബോദ്ധ്യങ്ങൾ നിർണ്ണായകമായി. ബംഗ്ലാദേശിൽ ഫെബ്രുവരി 21 മാതൃഭാഷാദിനമായി പ്രചാരം നേടാൻ വിദ്യാർത്ഥികളുടെ രക്തസാക്ഷിത്വം കാരണമായി. രണ്ടായിരമാണ്ടുമുതൽ ഐക്യരാഷ്ട്ര സംഘടന ഈ ദിനത്തെ ഏറ്റെടുത്തു. കോളനീകരണവും വൈദേശിക അധിനിവേശവും ചേർന്ന് അയ്യായിരത്തിലധികം ഭാഷകളെ കഴിഞ്ഞ നൂറ്റാണ്ടിൽ കൊലപ്പെടുത്തി. രണ്ടു ദിവസത്തിൽ ഒന്ന് എന്ന തോതിൽ ഭാഷകൾ ഇപ്പോഴും അപ്രത്യക്ഷമാവുന്നു. ലോക ജനസംഖ്യയിലെ നാലിലൊന്നുപേർക്ക് പരിചയമുള്ള ഭാഷ, മാതൃഭാഷയെന്ന നിലയിലും രണ്ടാം ഭാഷയെന്ന നിലയിലും ലഭിക്കുന്ന പരിഗണന, മാധ്യമഭാഷ ഇന്റർനെറ്റ് തുടങ്ങിയ ഇടങ്ങളിൽ പ്രചാരമുള്ള ഭാഷ—ഇക്കാരണങ്ങളിൽ പ്രാധാന്യം ലഭിക്കുക ഇംഗ്ലീഷിനാണ്. എന്നാൽ ഇതൊന്നും ഇതരഭാഷകൾ ഇംഗ്ലീഷിനുമുന്നിൽ മുട്ടുകുത്തി നില്ക്കേണ്ടുന്ന കാരണങ്ങളല്ല. നിർഭാഗ്യവശാൽ അങ്ങനെയൊരു പൊതുബോധം വളർന്നു വന്നു. ഇംഗ്ലീഷ് ഔദ്യോഗിക ഭാഷയായ 56 രാജ്യങ്ങളിൽ ബഹുഭൂരിപക്ഷവും ഇംഗ്ലീഷ് കോളനികളായിരുന്നു എന്ന് നാമോർക്കണം. യജമാനന്റെ ഭാഷ കേമമാകുന്നത് സ്വാഭാവിക്കമാണല്ലോ. പ്രാഥമിക വിദ്യാഭ്യാസവും അതിനുള്ള മാധ്യമവും മാതൃഭാഷയാവണമെന്നത് ഭാഷാസ്നേഹികളുടെ മാത്രം നിർദ്ദേശമല്ല; ആധുനിക വിദ്യാഭ്യാസ വിചക്ഷണരും വിദ്യാഭ്യാസത്തിന്റെ മനശാസ്ത്രത്തിൽ വൈദഗ്ദ്ധ്യം നേടിയവരും വിളിച്ചുപറയുന്നതാണത്.

ഇന്ത്യയിൽ ഏകദേശം 1652 ഭാഷകൾ ഉണ്ട്. ഭരണഘടനയുടെ എട്ടാം ഷെഡ്യൂളിൽ 22 ഭാഷകളാണ് അംഗീകരിക്കപ്പെട്ടത്. ബംഗാളി, തെലുങ്കു, തമിഴ്, മലയാളം, മറാഠി, ഉർദ്ദു, ഗുജറാത്തി, ഒറിയ, കന്നട, പഞ്ചാബി, ഹിന്ദി, അസമിയ, ഭോജ്പുരി, മഗധി, രാജസ്ഥാനി, ഛത്തീസ്ഗഢി

തുടങ്ങിയ ഭാഷകൾ ജനകോടികളാണ് സംസാരിക്കുന്നത്.

രണ്ടായിരം വർഷത്തിലധികം ലിഖിത പാരമ്പര്യമുണ്ട് മലയാളഭാഷയ്ക്ക്. ദക്ഷിണേന്ത്യൻ ദ്രാവിഡഭാഷകളിൽ പൂർവ്വികസ്വത്ത് സംരക്ഷണത്തിൽ മുൻപന്തിയിൽ മലയാള ഭാഷയാണ് നില്ക്കുന്നതെന്ന് പ്രമുഖ ഭാഷാശാസ്ത്രകാരന്മാർ അടിവരയിടുന്നു. പ്രോട്ടോ സൗത്ത് ദ്രവീഡിയൻ, പ്രോട്ടോ നോർത്ത് ദ്രവീഡിയൻ, പ്രോട്ടോ സെൻട്രൽ ദ്രവീഡിയൻ എന്നിങ്ങനെ ദ്രാവിഡ ഭാഷകളുടെ ആദിമകാലത്തെ വിഭജിക്കാം. ഇതിൽ കൊടക്, തോത, കോത, കന്നട, മലയാളം, തുളുഭാഷകൾ, പ്രോട്ടോ സൗത്ത് ദ്രാവിഡിയൻ വിഭാഗത്തിൽപ്പെടുന്നു. കന്നട, കോത, തോത, കൊടക് എന്നിങ്ങനെ പലപ്പോഴായി ഇതിൽനിന്നു വിട്ടകന്നു. ഒടുവിൽ പ്രോട്ടോ തമിഴ് മലയാളം ഗ്രൂപ്പ് നിലനില്ക്കുകയും ചെയ്തു. തമിഴും മലയാളവും പൊതുവായൊരു ഭാഷ, ചരിത്രഘട്ടത്തിലൂടെയാണ് സഞ്ചരിച്ചത് എന്ന കാര്യം ഇതിലൂടെ വ്യക്തമാവുന്നു. *രാമചരിതം, ഭാഷാകൗടലീയം, കണ്ണശ രാമായണം, ഭാഷാഭഗവത് ഗീത, രത്നമാല, കൃഷ്ണഗാഥ, രാമായണം ചമ്പു, ഉണ്ണുനീലി സന്ദേശം* എന്നിവയെല്ലാം ഭാഷയുടെയും സാഹിത്യത്തിന്റെയും ക്ലാസിക് സ്വഭാവം ഉൾക്കൊള്ളുന്നതാണ്. ആരുടെയും പിന്നിലല്ല മലയാളമെന്നും ഏറെമുന്നേറുവാനുള്ള അവകാശം നമുക്കുണ്ടെന്നും തീർച്ചപ്പെടുത്താൻ ഇവ മതിയാകും.

ലോകത്ത് സംസാരിക്കുന്നവരുടെ എണ്ണംകൊണ്ട് മുപ്പതാമത്തെ സ്ഥാനം മലയാളത്തിനാണ്. ആയിരക്കണക്കിന് ഭാഷകളും 700 കോടിക്കടുത്ത് ജനസംഖ്യയുമുള്ള ഈ ഭൂമിയിലെ വളരെ ചെറിയൊരു സ്ഥാനമല്ല ഇത്. എത്രയെത്ര പ്രതിഭകളാണ് ഈ ഭാഷയിൽ നിന്നും വിശ്വത്തോളമുയർന്നത്. നിരവധി ഭാഷകളിൽ നിന്ന് എണ്ണമറ്റ പദങ്ങൾ നാം സ്വന്തമാക്കി. ലോകസാഹിത്യത്തിലെ ഇതിഹാസങ്ങളും മഹാകാവ്യങ്ങളും ശാസ്ത്ര തത്ത്വശാസ്ത്രഗ്രന്ഥങ്ങളും നാം പരിഭാഷപ്പെടുത്തി. കേരളപ്പിറവിയുടെ താക്കോലായി നാം ഭാഷയെ കണ്ടു. എന്നിട്ടും ഓക്സിജൻ അന്വേഷിക്കുന്ന ഭാഷയായി നമ്മുടേത് മാറിപ്പോവുമോ എന്ന് നാം ഭയപ്പെടുന്നു. എന്നാൽ ഇപ്പോൾ മറ്റ് പല ഭാഷകളെപ്പോലെ മലയാളവും വെല്ലുവിളികൾ നേരിടുന്നു. ഒരു ഭാഷ മരണപ്പെടുന്നതിന് പല കാരണങ്ങളുണ്ട്. ആ ഭാഷ ഉപയോഗിക്കുന്ന സമൂഹം ഇതിനെ നിരസിക്കുകയോ അധമത്വബോധത്തോടെ രണ്ടാം കിടയിലേക്ക് വലിച്ചെറിയുകയോ ചെയ്യുന്നത് മരണകാരണമാവാം. അത് അനുവദിക്കരുത്.

ഭാഷയെ അഭിമാനത്തോടെ തിരിച്ചുപിടിക്കാൻ നമുക്കാവണം പുതിയ പുതിയ സംരംഭങ്ങൾ മലയാളത്തിൽ അവതരിപ്പിക്കാൻ കഴിയേണ്ടതുണ്ട്. സാങ്കേതികപദാവലികൾ വിപുലപ്പെടുത്തണം. പ്രാഥമിക വിദ്യാഭ്യാസം മുതൽ മാതൃഭാഷ നിർബ്ബന്ധിതമാക്കിമാറ്റണം. ലോകത്തെല്ലായിടത്തും മലയാളം പഠിക്കാൻ അവസരമുണ്ടാവണം. വീട്ടിലും നാട്ടിലും പാഠപുസ്തകങ്ങളിലും ശാസ്ത്രത്തിലും സാങ്കേതികതയിലും സാഹിത്യത്തിലും മാധ്യമങ്ങളിലും സ്കൂളിലും കോളേജിലും മലയാളത്തിന്റെ

കരുത്തും സ്ഥാനവും ഉയർത്തിപ്പിടിക്കണം. ഇംഗ്ലീഷ് പഠിക്കരുതെന്നോ പഠിപ്പിക്കരുതെന്നോ ഉള്ള സമീപനം ആശാസ്യമല്ല. മൗലികവാദപരവുമാണ്. എന്നാൽ, മാതൃഭാഷയ്ക്ക് സമമല്ല മറ്റൊരു ഭാഷയുമെന്ന തിരിച്ചറിവ് കൂടിയേ തീരൂ. ഏതൊരു വ്യക്തിക്കും ഇന്ത്യയിലെവിടെയും പ്രാഥമിക വിദ്യാഭ്യാസകാലം മുതൽ മാതൃഭാഷ അഭ്യസിക്കാനുള്ള സാഹചര്യമുണ്ടാവണം. ഏറ്റവും സാധാരണക്കാരായ മനുഷ്യർ ഇടപെടുന്ന സകല സ്ഥലങ്ങളിലും അവർക്ക് മനസ്സിലാവുന്ന അവരുടെ ഭാഷ ഔദ്യോഗികമായി അംഗീകരിക്കപ്പെടണം. നീതിന്യായ സംവിധാനമുൾപ്പെടെയുള്ള സുപ്രധാനകേന്ദ്രങ്ങളിൽ മാതൃഭാഷ ഉപയോഗിക്കാനാവണം. അപ്പോഴാണ് ജനാധിപത്യം അതിന്റെ അപാരസാദ്ധ്യതകളിലേക്ക് പറന്നുയരുന്നത്.

# ജൂണിൽ പെയ്യുന്നത് മഴ മാത്രമല്ല

**ജൂ**ൺ ഒന്ന് ഒരനുഭവത്തിന്റെ പേരാണ്. തണുത്ത കാറ്റും കറുത്ത കോളും നമുക്കരികിലെത്തിക്കുന്ന മഴക്കാലസമ്മാനം. അദ്ധ്യയന വർഷാരംഭത്തിന്റെ ആർദ്രമായ സ്മരണകൾ ഇരമ്പിമറിയുന്ന ദിവസം. ലോകത്തിനിത് 'സാർവ്വദേശീയശിശുദിന'മാണ്. സർവ്വതും പണയപ്പെടുന്ന, അവികസിത-വികസ്വര രാജ്യങ്ങളിലെ കുട്ടികൾക്കിത് സങ്കടസന്ദർഭം. സ്കൂൾ പുസ്തകങ്ങൾ കാണാൻ പോലും അവസരമില്ലാത്ത 128 ദശലക്ഷം കുഞ്ഞുങ്ങൾ നിറഞ്ഞുതുളുമ്പുന്ന കണ്ണുകളോടെയാണ് ഈ ദിനത്തെ വരവേല്ക്കുന്നത്. അവരുടെ സഫലമാകാത്ത സ്വപ്നങ്ങളും സഞ്ചാരപഥങ്ങളും ഓരോ ശിശുദിനത്തിന്റെയും ഒടുവിലത്തെ ഓർമ്മ. ആഘോഷത്തിമിർപ്പുകൾക്കിടയിൽ ഇതും തിരിച്ചറിയപ്പെടേണ്ടതുണ്ട്.

വിദ്യാഭ്യാസം, പ്രത്യക്ഷമായി വ്യക്തിത്വവികാസത്തിനും മാനുഷിക മൂല്യങ്ങളുടെ ശാക്തീകരണത്തിനും ഉതകുന്നതാകണമെന്നും, പ്രാഥമിക വിദ്യാഭ്യാസം, എല്ലാ കുട്ടികൾക്കും സൗജന്യമായും നിർബ്ബന്ധമായും ലഭിക്കാനുള്ള അവകാശമുണ്ടെന്നും 1948 ലെ ഒരു മഞ്ഞുകാലത്തിൽ മനുഷ്യസമുദായം പ്രഖ്യാപിക്കുകയുണ്ടായി. എന്നാൽ നീതീകരിക്കാനാവാത്തവിധം എല്ലാ ഉറപ്പുകളും ലംഘിക്കപ്പെടുന്നു. മൂന്നാം ലോക രാഷ്ട്രങ്ങളിലെ വിദ്യാഭ്യാസപ്രശ്നങ്ങൾ, സാമ്പത്തികവും രാഷ്ട്രീയവും സാമൂഹികവുമായ ഇഴകളിൽ കണ്ണിചേർക്കപ്പെടുന്നു.

പ്രൈമറി വിദ്യാഭ്യാസരംഗത്തു നിന്നും നമ്മുടെ പെൺകുഞ്ഞുങ്ങൾ തുടച്ചു നീക്കപ്പെടുന്നത് എത്ര വേഗത്തിലാണ്! ആദ്യാക്ഷരങ്ങളുടെ അവകാശികൾപോലുമല്ലാതായി മാറാനിതിടയാക്കും. ലിംഗസമത്വത്തിനായി സാർവ്വദേശീയ തലത്തിലുയർന്നുവരുന്ന പ്രക്ഷോഭങ്ങൾ, പഠനാവകാശ പോരാട്ടങ്ങളുമായി യോജിച്ചു പോകേണ്ടതുണ്ടെന്ന തിരിച്ചറിവ് ആർജ്ജിക്കേണ്ടിവരുന്നത് അപ്പോഴാണ്.

ആരോഗ്യം, പോഷകാഹാരം, പാർപ്പിടം, ഇതര ഭൗതിക സാഹചര്യങ്ങൾ എന്നിവയുടെ സാദ്ധ്യതകളെ പരമാവധി വികസിപ്പിച്ചാൽ മാത്രമേ സാർവ്വത്രികമായ വിദ്യാഭ്യാസം സാദ്ധ്യമാകൂ. ദാരിദ്ര്യം, പട്ടിണി, വംശീയ-വർഗ്ഗീയ കലാപങ്ങൾ, ഭൂകമ്പം, വെള്ളപ്പൊക്കം എന്നിവ സാധാരണ മനുഷ്യരെ വിദ്യാഭ്യാസത്തിന്റെ അകത്തളങ്ങളിൽനിന്ന് ആട്ടിയോടിക്കുന്നു. ദിനംപ്രതി ഒരു നേരത്തെ ആഹാരത്തിനുള്ള വകപോലുമില്ലാതെ വിശന്ന് തളർന്ന് ജീവിതത്തോട് വിട ചോദിക്കുന്നത് മുപ്പത്തിനാലായിരം കുഞ്ഞുങ്ങളാണ്. ദാരിദ്ര്യത്തിൽ ജനിച്ച് ദാരിദ്ര്യത്തിൽ ജീവിക്കേണ്ടിവരുന്ന ആകെ കുട്ടികൾ നൂറു കോടിയാണ്. അഞ്ചു വയസ്സ് പൂർത്തീകരിക്കുന്നതിനുമുമ്പ് ആരോഗ്യ പരിചരണ സംവിധാനങ്ങളുടെയും പോഷകാഹാരത്തിന്റെയും അപര്യാപ്തത മൂലം മരണമടയുന്നത് മുപ്പതിനായിരത്തോളം കുട്ടികളാണ്. പ്രാഥമിക കൃത്യനിർവ്വഹണത്തിന്റെ പരിമിതികൾകൊണ്ട് വീർപ്പുമുട്ടുന്ന കുട്ടികളുടെ എണ്ണം നൂറു കോടിയോളമുണ്ട്. ജൂൺ ഒന്ന് എന്ന കലണ്ടറിലെ അടയാളത്തിന് മാത്രമായി അവസാനിപ്പിക്കാൻ കഴിയുന്ന പ്രശ്നങ്ങളല്ല ഇവയൊന്നും. ഇന്ത്യയുൾപ്പെടെയുള്ള വികസ്വര രാജ്യങ്ങളുടെ സ്ഥിതിയും വിഭിന്നമല്ല. നമ്മുടെ കുട്ടികളുടെ ജീവനും ജീവിതവും അപഹരിക്കപ്പെട്ടുകൊണ്ടേയിരിക്കുന്ന ആസുരകാലത്തെ അതിജീവിക്കാനും പ്രതിരോധിക്കാനും കഴിയുന്നുണ്ടോ എന്ന പ്രശ്നത്തെയാണ് ദൈനംദിനം നാം അഭിമുഖീകരിക്കുന്നത്. പോഷകാഹാരം കിട്ടാത്ത, ഏറ്റവുമധികം കുഞ്ഞുങ്ങൾ അധിവസിക്കുന്ന രാജ്യങ്ങളുടെ പട്ടികയിലാണ് സ്വാതന്ത്ര്യാനന്തരം ആറുപതിറ്റാണ്ട് പിന്നിട്ട ഇന്ത്യയും. പട്ടിണിയിലും ദാരിദ്ര്യത്തിലും സമർപ്പിക്കപ്പെടുന്ന പിഞ്ചുജീവിതങ്ങൾക്ക്, യഥാർത്ഥത്തിൽ എന്താണ് വിദ്യാഭ്യാസം?

## രണ്ട്

*ഒരു രാത്രി, 1987 ആഗസ്തിലെ മഴക്കാലത്ത് ഞാൻ ചില ശബ്ദങ്ങൾ കേട്ട് ഞെട്ടി ഉണർന്നു. പുറത്തിറങ്ങി നോക്കിയപ്പോൾ എല്ലാവരും പരക്കം പായുന്നതാണ് കണ്ടത്. തീനാളങ്ങൾ ആകാശത്തേക്ക് ഉയരുന്നത് കാണാമായിരുന്നു. എന്റെ അച്ഛനും ഓടുകയായിരുന്നു. ഞാൻ അച്ഛന്റെ പുറകേ ഓടാൻ തുടങ്ങി. സ്ത്രീകളും കുട്ടികളും വാവിട്ട് കരഞ്ഞുകൊണ്ടാണ് ഓടിയിരുന്നത്. വെടിയുണ്ടകൾ ചീറിപ്പായുന്ന ശബ്ദം കേൾക്കാമായിരുന്നു. ബൈബിളിൽ പറയുന്ന ലോകാവസാനം ആസന്നമായെന്ന് എനിക്ക് തോന്നി.

അഭയാർത്ഥി ക്യാമ്പുകളുടെ എണ്ണം നാൾക്കുനാൾ വർദ്ധിക്കുന്നു. അവിടെയെത്തുന്നവരിൽ പകുതിയിലധികവും കുട്ടികൾ. അഭയമില്ലാതാകുന്ന സാമൂഹ്യവ്യവസ്ഥയിലാണല്ലോ അഭയാർത്ഥിക്യാമ്പുകളുണ്ടാവുന്നത്. അഭയാർത്ഥിക്യാമ്പുകളും ദുരിതാശ്വാസ പ്രവർത്തനങ്ങളുൾപ്പെ

* ജോൺ ദാവു-സുഡാനി അഭയാർത്ഥി പറഞ്ഞത്

ടെയുള്ള സംവിധാനങ്ങളും വരെ ബോധപൂർവ്വം ആക്രമിക്കപ്പെടുകയാണ്. അടുത്തകാലത്ത് ഒരു *സന്നദ്ധ സംഘടന നടത്തിയ പഠനം തെളിയിക്കുന്നത് ദുരിതാശ്വാസ പ്രവർത്തനങ്ങളിൽപ്പോലും മനുഷ്യത്വ നിരാസത്തിന്റെ മരുഭൂമികളുണ്ടാകുന്നുവെന്നാണ്. യുദ്ധ-പ്രകൃതി ദുരന്തങ്ങളിൽപ്പെട്ടുപോകുന്നവരെ സഹായിക്കാനെന്നപേരിൽ രംഗത്തുവരുന്ന ദുരിതാശ്വാസപ്രവർത്തകർ അതിനിരയാകുന്ന കുഞ്ഞുങ്ങളെ ക്രൂരമായ ലൈംഗിക പീഡനങ്ങൾക്ക് വിധേയരാക്കുന്നു. സുഡാൻ, ഹെയ്ത്തി, ഐവറി കോസ്റ്റ് എന്നിവിടങ്ങളിലെ നിരവധി കുഞ്ഞുങ്ങൾക്കിടയിൽ നടത്തിയ അന്വേഷണമാണ് ശാരീരിക പീഡനത്തിന്റെ അമ്പരപ്പിക്കുന്ന യാഥാർത്ഥ്യങ്ങൾ പുറത്തുകൊണ്ടുവന്നത്.

അഭയാർത്ഥി ക്യാമ്പുകളും യുദ്ധകേന്ദ്രങ്ങളും വിദ്യാഭ്യാസത്തിന്റെ വികേന്ദ്രീകൃത ഇടങ്ങളല്ല. അവിടെ പഠിക്കുവാനും ചിന്തിക്കുവാനുമുള്ള ഭൗതിക സാഹചര്യവും, സൗകര്യവുമില്ല. സമീപകാലത്തുണ്ടായ യുദ്ധങ്ങളിലെല്ലാം കൊല്ലപ്പെട്ടവരിൽ 1/3 കുട്ടികളാണ്. അഫ്ഗാനിസ്ഥാനിൽ ഓരോ മൂന്നു മിനിട്ടിലും 1 കുട്ടി വീതം കുഴിബോംബ് പൊട്ടി മരിക്കുന്നു എന്ന വാർത്ത 2008 ൽ പുറത്തുവന്നിരുന്നു.

ബാലവേലയുടെ വർദ്ധനവ് ലോകവ്യാപകമായി കുട്ടികളുടെ വിദ്യാഭ്യാസത്തെ പരിമിതപ്പെടുത്തുന്നു. ഏഷ്യയിൽ 61% വും ആഫ്രിക്കയിൽ 32% വും കാനഡ, യൂറോപ്പ് എന്നിവിടങ്ങളിലായി 22% വും അമേരിക്കയിൽ 1% വും ലാറ്റിൻ അമേരിക്കയിൽ 7% വും കുട്ടികൾ വേലയെടുക്കേണ്ടിവരുന്നു. ഓരോ രാജ്യത്തെയും വ്യത്യസ്തമായ കണക്കുകൾ പരിശോധിച്ചാൽ ഞെട്ടലുണ്ടാകുമെന്ന് തീർച്ചയാണ്. പകലന്തിയോളം പണിയെടുക്കുന്ന കുട്ടിത്തൊഴിലാളികളുടെ നിഘണ്ടുവിൽ പള്ളിക്കൂടം അർത്ഥം നഷ്ടപ്പെട്ട ഒരു വാക്കു മാത്രമാകുന്നു.

## മൂന്ന്

സ്കൂളുകൾ അവയുടെ കവാടങ്ങൾ പെൺകുട്ടികൾക്കും സ്ത്രീകൾക്കുമായി പൂർണ്ണമായി തുറക്കുമ്പോൾ വിദ്യാഭ്യാസത്തിന്റെ ഗുണഫലങ്ങൾ ശതഗുണീഭവിക്കുന്നു. ആൺകുട്ടികളുടെ വിദ്യാഭ്യാസത്തിൽമാത്രം മുന്നിട്ടു നില്ക്കുകയും പെൺകുട്ടികളുടെ കാര്യം അവഗണിക്കുകയും ചെയ്ത പല രാജ്യങ്ങളിലും, സ്ത്രീ-പുരുഷ വിവേചനം കുറഞ്ഞ രാജ്യങ്ങളിലേതിനേക്കാൾ ശിശുമരണ നിരക്കും ജനനനിരക്കും ഇരട്ടിയാണെന്നാണ് സ്ഥിതിവിവര കണക്കുകൾ കാണിക്കുന്നത്.

വർഷങ്ങൾക്കുമുമ്പ് പുറത്തിറങ്ങിയ 'ലോക വിദ്യാഭ്യാസ റിപ്പോർട്ടി'ൽ പെൺകുട്ടികളുടെ വിദ്യാഭ്യാസത്തെപ്പറ്റി പറഞ്ഞ കാര്യങ്ങൾ ഇപ്പോഴും പ്രസക്തമാണ്. ഈ നിരീക്ഷണങ്ങളെ അത്യന്തം ശ്രദ്ധയോടെ

---

* പഠനറിപ്പോർട്ട്, സേവ് ദി ചിൽഡ്രൻ - ജാസ്മിൻ വൈറ്റ് ബ്രഡ്, ബ്രിട്ടീഷ് സന്നദ്ധ സംഘടനാ പ്രവർത്തക.

കാണാൻ നമ്മുടെ രാജ്യംപോലും തയ്യാറായിട്ടില്ല. ഇന്ത്യയിൽ അമ്പതു ശതമാനത്തിലധികം പെൺകുട്ടികൾ പ്രാഥമിക വിദ്യാലയങ്ങൾ പോലും കാണാനിടയില്ല എന്നതാണ് വാസ്തവം. മരുഭൂമികൾക്കും മലമ്പ്രദേശങ്ങൾക്കുമരികിലുള്ള രണ്ടുലക്ഷത്തോളം ജനപഥങ്ങളിൽ പാഠശാലകളൊന്നുപോലുമില്ലെന്ന് ഇന്ത്യയിൽ തയ്യാറാക്കപ്പെട്ട പ്രോഗ്രാം ഓഫ് ആക്ഷൻ (POA) തുറന്നു പറഞ്ഞു. ഈ സത്യങ്ങൾക്കുമേൽ സ്ഥാപിക്കപ്പെട്ട ബദലുകളെന്തായിരുന്നു? അവയുടെ ഫലങ്ങളെന്തായിരുന്നു? അവ നമ്മുടെ നാടിനെ സ്വാധീനിച്ചതെങ്ങനെയായിരുന്നു? ഈ ചോദ്യങ്ങൾ ഗൗരവപൂർവ്വം പരിഗണിക്കേണ്ടതുണ്ട്. ഐക്യരാഷ്ട്ര സഭയുടെ വികസന പരിപാടി അഥവാ (യു എൻ ഡി പി) മനുഷ്യവികസന റിപ്പോർട്ട് പ്രാഥമിക പരിശോധനയ്ക്ക് (2008) വിധേയമാക്കിയാൽത്തന്നെ നമുക്ക് കാര്യങ്ങൾ ബോദ്ധ്യപ്പെടും. നാം പറക്കുകയോ ഓടുകയോ നീന്തുകയോ ചെയ്യുന്നില്ല. ഇഴയുകയാണ്. നമുക്ക് ചിറകുകളില്ല അഥവാ ഉണ്ടെങ്കിൽത്തന്നെ അത് അഗ്നിച്ചിറകല്ല, ചിറകു മുഴുവൻ പടർന്നുകത്തുന്ന തീയാണ്. ഗതികേടിന്റെയും നാണക്കേടിന്റെയും പര്യായമായി മാറുകയാണ് നമ്മുടെ ഭരണാധികാരികൾ. യു എൻ ഡി പി മനുഷ്യ വികസന റിപ്പോർട്ടിലെ സ്ഥാനം ശ്രീലങ്ക (99), വിയറ്റ്നാം (105), ആഫ്രിക്കയിലെ ബോട്സ്വാന(124), എൽസാൽവദോർ (103), ബൊളീവിയ (117), ഗ്വാട്ടിമാല (118), മംഗോളിയ (114), കസാക്കിസ്ഥാൻ (73) എന്നിങ്ങനെയാണ്. ചില രാജ്യങ്ങളുടെ പേരുകൾ മാത്രമാണ് ഇവിടെ ചേർത്തിട്ടുള്ളത്. പരമദരിദ്രവും യുദ്ധകാലങ്ങൾക്കിടയിൽ സ്ഥിതിചെയ്യുന്നതുമായ ഈ രാജ്യങ്ങൾക്കും ചുവടെയാണ് സ്വതന്ത്ര-പരമാധികാര-ജനാധിപത്യ-മതേതര റിപ്പബ്ലിക്കായ ഇന്ത്യയുടെ (128) സ്ഥാനം. ഇവിടെ ജനിച്ചുവീഴുന്ന കുഞ്ഞുങ്ങളിൽ ഭാരക്കുറവുള്ളത് 30% വും സീറാലിയോണിൽ 23% വും ഗിനിബിസ്സാവുയിൽ 22% വും ബുർക്കിന ഫാസോയിൽ 19% വും എത്യോപ്യയിൽ 15% വും ആണ്.

സമൂഹത്തിന്റെ കണ്ണുകൾ അത്രവേഗത്തിൽ കടന്നുചെല്ലാത്ത കേന്ദ്രങ്ങളാണല്ലോ ജുവനൈൽ ഹോമുകൾ. പ്രായപൂർത്തിയാകുന്നതിനു മുമ്പ് സാഹചര്യ സമ്മർദ്ദങ്ങൾമൂലം കുറ്റവാളികളായിത്തീരാൻ സാദ്ധ്യതയുള്ളവരെയാണ് നമ്മുടെ നിയമം അവിടെയെത്തിക്കുന്നത്. അവിടെയവർ പഠിക്കണം. വരയ്ക്കണം. ചിന്തിക്കണം, പരീക്ഷയെഴുതണം എന്നെല്ലാമാണ് സങ്കല്പം. എന്നിട്ടുമെന്തുകൊണ്ടാണ് അവരുടെ സങ്കടങ്ങൾ തീരാത്തത്? ഇത്തരം പാഠശാലകളെ സംബന്ധിച്ചുള്ള പുനരാലോചന അനിവാര്യമാണ്.

# വിദ്യാഭ്യാസത്തിന്റെ ഗുണമേന്മയ്ക്ക് വേണം നല്ല അദ്ധ്യാപകർ

**എ**യ്ഡഡ് ഹയർസെക്കന്ററി സ്കൂളുകളിലെ നിയമനം എക്കാലത്തും പ്രധാന ചർച്ചാവിഷയമാണ്. ഇവിടങ്ങളിൽ അദ്ധ്യാപക-അനദ്ധ്യാപക തസ്തികളിലേയ്ക്ക് നിയമനം നടത്തുമ്പോൾ പാലിക്കേണ്ട മാർഗ്ഗനിർദ്ദേശങ്ങൾ കൂടുതൽ തെളിമയോടെ പുറത്തുവന്നത്, 2013 ജൂലൈ 18 ന് ഹയർ സെക്കന്ററി വിഭാഗം ഡയറക്ടർ കേശവേന്ദ്രകുമാറിന്റെ (ഐ എ എസ്) കയ്യൊപ്പോടുകൂടി (നമ്പർ. എ സി ഡി സി 1/9000/2013 എച്ച് എസ് ഇ)യാണ്. നിയമനവും നിയമനാംഗീകാരവും സുതാര്യവും കുറ്റമറ്റതുമാക്കേണ്ടതിന്റെ ആവശ്യകതയെപ്പറ്റി ഇത് അടിവരയിടുന്നു. 148 സ്കൂളുകളിൽ പതുതായി ഹയർ സെക്കന്ററി ബാച്ചുകൾ ആരംഭിക്കാൻ സർക്കാർ അനുമതി നല്കിയപ്പോൾ 140 ഉം മാനേജുമെന്റുകൾക്ക് വിട്ടുകൊടുത്തു. ഒരു സ്കൂളിൽ രണ്ടു കൊല്ലമാവുമ്പോൾ കുറഞ്ഞത് 25 തസ്തികകൾ വരും. ഒരു തസ്തികയിലേക്ക് ഇരുപത്തഞ്ചുലക്ഷമെങ്കിലും നിയമനത്തിന് കോഴകിട്ടും. ഇതാണ് ഇപ്പോഴത്തെ സ്ഥിതി. പക്ഷേ, പുതിയ സർക്കുലർ അക്ഷരം പ്രതി നടപ്പാക്കിയാൽ ഈ കോഴപ്പണം-ശിവശിവ! എല്ലാം ഹയർസെക്കന്ററി ഡയറക്ടറേറ്റിന്റെ മേൽനോട്ടത്തിൽ നടന്നാൽ മെറിറ്റും സാമൂഹ്യനീതിയും നിയമനത്തിന് പാലിക്കേണ്ടിവരും. അതുകൊണ്ട് മാനേജുമെന്റുകൾ അരയും തലയും മുറുക്കി രംഗത്തുവന്നു കഴിഞ്ഞു. അവർ വിയോജിപ്പ് പ്രകടിപ്പിച്ച്, നിമിഷങ്ങൾ കഴിയുമ്പോൾ വിദ്യാഭ്യാസ വകുപ്പു മന്ത്രി പി കെ അബ്ദുൾറബ്ബ് ഒരു മൂന്നാംകിട ഡയലോഗുമായി അരങ്ങിലെത്തി. പിന്നെ മാനേജുമെന്റുകളുടെ വിനീതദാസനായി അദ്ദേഹം പെരുമാറി. സർക്കുലർ ഇറക്കിയ യുവ ഐ എ സ്, ഓഫീസർക്ക് അനുഭവക്കുറവുണ്ടെന്നും അതുകൊണ്ടാണ് ഇങ്ങനെ സംഭവിച്ചതെന്നും അദ്ദേഹം പരസ്യപ്പെടുത്തി. സംഘടിത അദ്ധ്യാപക പ്രസ്ഥാനമായ കെ എസ് ടി എ യും വിദ്യാർത്ഥി പ്രസ്ഥാനമായ എസ്

എഫ് ഐ യും മറ്റനേകം സംഘടനകളും അഭ്യസ്ത വിദ്യരായ പതിനായിരങ്ങളും – മാനേജുമെന്റുകളുടെ ധാർഷ്ട്യത്തിന് കീഴടങ്ങാനുള്ള സർക്കാർ നീക്കത്തിൽ അതിശക്തമായ പ്രതിഷേധം രേഖപ്പെടുത്തി. എസ് എഫ് ഐ യുടെ നേതൃത്വത്തിൽ ഹയർ സെക്കന്ററി ഡയറക്ടറേറ്റിലേക്കും സെക്രട്ടറിയേറ്റിലേക്കും ജില്ലാ കേന്ദ്രങ്ങളിലേക്കും വിദ്യാർത്ഥി മാർച്ചുകൾ സംഘടിപ്പിച്ചു. ആഗസ്റ്റ് 3 ന് കെ എസ് ടി എ ഹയർ സെക്കന്ററി ആസ്ഥാനം ഉപരോധിക്കുകയാണ്.

എയ്ഡഡ് സ്കൂൾ നിയമനം സംബന്ധിച്ച സുപ്രീം കോടതിവിധിയും നിലവിലുള്ള മാനദണ്ഡങ്ങളും ചട്ടങ്ങളും വച്ച് ഒരു സർക്കുലർ ഇറക്കുകയാണ് താൻ ചെയ്തതെന്ന് ഡയറക്ടർ വിശദീകരിച്ചു. അദ്ധ്യാപക നിയമനം മാനേജർമാരുടെ അവകാശമാണെന്നും അതിന് കൂച്ചുവിലങ്ങിടാനുള്ള ശ്രമം അനുവദിച്ചുകൊടുക്കില്ലെന്നും ചില മാനേജുമെന്റുകൾ ഭീഷണിമുഴക്കി. സ്ത്രീകളുടെ മേൽ അനാവശ്യനിയന്ത്രണം കൊണ്ടുവരാനുള്ള ശ്രമമാണ് ഇതെന്ന് അവർ വ്യക്തമാക്കി. ന്യൂനപക്ഷ വിദ്യാലയങ്ങളുടെ ഭരണഘടനാപരമായ അവകാശത്തെ തൊട്ടുകളിക്കരുതെന്നാണ് കെ സി ബി സി യുടെ ഭീഷണി. ഭൂരിപക്ഷമായാലും ന്യൂനപക്ഷമായാലും അതിലെ പാവപ്പെട്ടവനെ പടിക്കു പുറത്തു നിർത്തിയാണല്ലോ മാനേജുമെന്റുകൾ കോഴ വാങ്ങുന്നത്.

പുതിയ സ്കൂളുകൾ അനുവദിക്കാൻ സ്വകാര്യ മാനേജുമെന്റുകളിലൊന്ന് ഒന്നരക്കോടിരൂപ പറഞ്ഞുറപ്പിച്ച വാർത്ത പുറത്തുവന്നത് ഒരാഴ്ചക്ക് മുമ്പാണ്. എന്തായാലും ലീഗിനും കിട്ടും ഷെയർ. ഇതുകൊടുത്ത് പ്ലസ്ടു അനുവദിച്ചുകിട്ടിയാൽ പിന്നെ കോഴപ്പണം വാങ്ങി അദ്ധ്യാപകരെ നിയമിക്കാമല്ലോ! മുൻ രേഖകൾ വിശദീകരിച്ചുകൊണ്ടു പുറത്തിറക്കിയ സർക്കുലറും നിലവിലുള്ള അവസ്ഥയും താരതമ്യപ്പെടുത്തിയാൽ വിദ്യാഭ്യാസരംഗത്തെ ഇത്തരം സാമ്പത്തിക താല്പര്യങ്ങൾ മനസ്സിലാക്കാം.

നിലവിൽ ഒഴിവുള്ളതോ പുതുതായി സൃഷ്ടിക്കപ്പെടുന്നതോ ആയ തസ്തികകളിലേക്കുള്ള നിയമനങ്ങൾ നടത്തുന്നതിനായാണ് സർക്കുലർ ഇറക്കിയത്. സുപ്രീംകോടതി വിധി (AIR 1981 SC 487, G.O. (MS) No. 192/05/GI. Edn. dated 23/06/2005, G.O. (P) NO. 332/01/GI. Edn. dated 09/11/2001, G.O.(P) No. 38/05/GI. Edn. dated 04/02/2005) എന്നിവയുടെയും കെ ഇ ആർ 32-ാം അദ്ധ്യായത്തിന്റെയും പശ്ചാത്തലത്തിലാണ് പുതിയ നടപടി. മാനേജർമാർക്ക് സ്ഥിരനിയമന നടപടികൾ കൈക്കൊള്ളാൻ ബന്ധപ്പെട്ട ഹയർ സെക്കന്ററി റീജിയണൽ ഡെപ്യൂട്ടി ഡയറക്ടർ പുറപ്പെടുവിക്കുന്ന തസ്തിക നിർണ്ണയ ഉത്തരവു വേണം. അദ്ധ്യാപക തസ്തിക ഒഴിവിനെക്കുറിച്ചുള്ളവ വിവരം, സ്കൂൾ മാനേജർമാർ എല്ലാ ജില്ലകളിലുമുള്ള എഡിഷനിൽ വരത്തക്കവിധം രണ്ടു പത്രങ്ങളിൽ പരസ്യം ചെയ്യണമെന്നും നിർദ്ദേശമുണ്ട്. ഒപ്പം ഗ്രാമപഞ്ചായത്ത്, ജില്ലാ പഞ്ചായത്ത് നോട്ടീസ് ബോർഡ് എന്നിവയിലും ഇവ പ്രസിദ്ധപ്പെടുത്തണം. ഈ നിർദ്ദേശം മാനേജർമാർക്ക് അംഗീകരിക്കാൻ പ്രയാസമുണ്ടാവും. കാരണം ലക്ഷങ്ങൾ പറഞ്ഞുറപ്പിച്ച് ആരോരുമറിയാതെ

ഒഴിവ് നികത്താൻ അവർക്ക് കഴിയാതെവരും. ഉദ്യോഗാർത്ഥികൾക്ക് അപേക്ഷ നല്കാൻ, പത്രപ്പരസ്യം വന്നതുമുതലുള്ള 15 ദിവസം നല്കണം. അപേക്ഷക്ക് രസീതു നല്കണം. തുടർന്ന് ഇന്റർവ്യൂവിന് തയ്യാറാകാൻ 7 ദിവസം നല്കണം. നിശ്ചിത യോഗ്യതയുള്ളവർ 3 ൽ കുറവാണെങ്കിൽ പുനർപരസ്യം നല്കണമെന്നും എന്നിട്ടും അപേക്ഷകർ എത്തുന്നില്ലെങ്കിൽ ഹയർ സെക്കന്ററി വകുപ്പുവഴി അപേക്ഷ ക്ഷണിക്കാവുന്നതാണെന്നും വ്യക്തമാക്കുന്നു. ഇന്റർവ്യൂബോർഡിൽ മാനേജർ അല്ലെങ്കിൽ മാനേജരുടെ നോമിനി സ്കൂൾ പ്രിൻസിപ്പൽ, സർക്കാർ പ്രതിനിധി എന്നിവരുണ്ടാവണം. മെറിറ്റടിസ്ഥാനത്തിൽ റാങ്ക്ലിസ്റ്റ് തയ്യാറാക്കണമെന്നും ഇപ്രകാരമുള്ള ലിസ്റ്റ് ഉദ്യോഗാർത്ഥികൾക്ക് ലഭിച്ച മാർക്ക് സഹിതം അന്നുതന്നെയോ തൊട്ടടുത്ത ദിവസമോ സ്കൂളിൽ പ്രദർശിപ്പിക്കണമെന്നുമുണ്ട്. പി ജി/ ബി എഡ്/ സെറ്റ് സ്ലെറ്റ്/ ബിരുദ-ബിരുദാനന്തരം/ കായിക-കലാ-സാഹിത്യം-പ്രാഗത്ഭ്യം സംസ്ഥാന അന്തർസർവ്വകലാശാലാതലം/ എൻ എസ് എസ്/ദേശീയക്യാമ്പ് എൻ സി സി ബി സി സർട്ടിഫിക്കറ്റുകൾ/ ദേശീയ അന്തർദേശീയ ജേർണലുകളിൽ പ്രസിദ്ധീകരിച്ച വർക്ക്സ്/ പി ജി ഡി ടി ഇ എന്നിവയ്ക്ക് വെയിറ്റേജ് മാർക്ക് നല്കുന്നു. അഭിമുഖത്തിലെ മികവിന് പരമാവധി പത്തുമാർക്ക് നല്കാം.

ഇപ്രകാരമുള്ള റാങ്ക്ലിസ്റ്റിന്റെ അടിസ്ഥാനത്തിൽ നിയമനം നടത്തണമെന്നതുൾപ്പെടെ നിരവധി നിർദ്ദേശങ്ങൾ വന്നുകഴിഞ്ഞു. ഒപ്പം അദ്ധ്യാപക/അനദ്ധ്യാപക നിയമനപ്രക്രിയയെപ്പറ്റി പരാതി ഉള്ളവർക്ക് അന്തിമ ലിസ്റ്റ് പ്രസിദ്ധീകരിച്ച് 15 ദിവസത്തിനുള്ളിൽ റീജിയണൽ ഡെപ്യൂട്ടി ഡയറക്ടർക്ക് അത് സമർപ്പിക്കാവുന്നതാണ്. ആർ ഡി ഡി യുടെ തീർപ്പിൽ പരാതിയുണ്ടെങ്കിൽ തുടർന്ന് 15 ദിവസത്തിനുള്ളിൽ ഹയർ സെക്കന്ററി ഡയറക്ടർക്ക് പരാതി സമർപ്പിക്കാം. പരാതിയിലെ അന്തിമതീർപ്പിന് വിധേയമായിട്ടായിരിക്കും നിയമനാംഗീകാരം. മേല്പ്പറഞ്ഞ മാർഗ്ഗനിർദ്ദേശങ്ങളും കെ ഇ ആറും അനുസരിച്ച് നടത്തിയ നിയമനങ്ങൾക്കു മാത്രമേ അംഗീകാരം നല്കപ്പെടുവെന്നും അനുശാസിക്കുന്നു. ഈ നിർദ്ദേശങ്ങളിൽ പലതും നേരത്തെ ഉണ്ടായിട്ടും അവ പാലിക്കാൻ മാനേജുമെന്റുകൾ തയ്യാറായില്ല എന്നതാണ് വാസ്തവം. അതുകൊണ്ടുതന്നെ ഡയറക്ടറേറ്റിന്റെ നിയന്ത്രണം ഉറപ്പുവരുത്തുന്ന വ്യവസ്ഥകൾ ഉൾച്ചേർത്ത പുതിയ സർക്കുലർ കേരളത്തിൽ അനിവാര്യമാണ്.

മിടുമിടുക്കരായ ഉദ്യോഗാർത്ഥികൾ പുറത്തുനില്ക്കുമ്പോൾ, ചിലർ പോക്കറ്റിന്റെ കനംകൊണ്ടുമാത്രം അകത്തു കയറുന്നത് അംഗീകരിക്കാനാവില്ല. വൻ തുക കോഴ വാങ്ങാനുള്ള മാനേജുമെന്റുകളുടെയും അവർക്ക് മുന്നിൽ മുട്ടുമടക്കുന്ന സർക്കാരിന്റെയും നിലപാട് പ്രതിഷേധാർഹമാണ്. മികച്ച അദ്ധ്യാപനം ലഭിക്കുകയെന്നത് വിദ്യാർത്ഥിയുടെ അവകാശമാണെന്ന് മാനേജ്മെന്റും സർക്കാരും ഓർമ്മിക്കണം. അദ്ധ്യാപക-വിദ്യാർത്ഥി പ്രസ്ഥാനങ്ങളെല്ലാം വിദ്യാഭ്യാസത്തിന്റെ ഗുണമേന്മക്കും സാമൂഹ്യനീതിക്കുമായി ഒന്നിച്ച് പൊരുതുകതന്നെ ചെയ്യും. നീതി കുരിശേറുമ്പോൾ നമുക്ക് ലളിതഗാനം പാടാനാവില്ല.

# സമഗ്ര ബാലനയവും സമയോചിത സമീപനവും

**എ**ല്ലാ വികസന പ്രവർത്തനങ്ങളും കുട്ടികളെ കേന്ദ്രീകരിച്ചുള്ളതാകണമെന്ന കാഴ്ചപ്പാടിന്റെ പശ്ചാത്തലത്തിൽ 'കുട്ടികൾക്കിണങ്ങിയ ലോകം' എന്ന രേഖ ഐക്യരാഷ്ട്രസംഘടന 2002 ൽ അവതരിപ്പിക്കുകയുണ്ടായി. എല്ലാ കുട്ടികൾക്കും വികസനത്തിനും സംരക്ഷണത്തിനും പൊതുജീവിതത്തിൽ പങ്കാളിത്തത്തിനുമുള്ള അവകാശം വ്യവസ്ഥ ചെയ്യുന്ന കുട്ടികളുടെ അവകാശ ഉടമ്പടി (സി ആർ സി 1989)യിൽ ഇന്ത്യയും ഒപ്പുവെച്ചിട്ടുണ്ട്. ഇതേ ദിശയിൽ കാര്യങ്ങൾ സാദ്ധ്യമാകണമെങ്കിൽ നമ്മുടെ വിദ്യാഭ്യാസ-സമൂഹ്യ-ആരോഗ്യ സംവിധാനങ്ങളെല്ലാം പരിഷ്ക്കരിക്കപ്പെടണം. സമഗ്രമായ ബാലനയം സംസ്ഥാന സർക്കാർ പ്രഖ്യാപിക്കണം. ഈ ലക്ഷ്യസാക്ഷാത്ക്കാരത്തിനായി വലിയ പരിശ്രമം വേണ്ടിവരും.

സംസ്ഥാന ജനസംഖ്യയുടെ നാല്പതു ശതമാനം വരുന്ന കുട്ടികളുടെ ക്ഷേമത്തിനായി ശിശുവികസനവകുപ്പ് ഏറെ അനിവാര്യമാണ്. വ്യത്യസ്ത വകുപ്പുകളിലായി കുട്ടികളുടെ ക്ഷേമം ലക്ഷ്യമാക്കി നടപ്പിൽവരുത്തുന്ന കർമ്മപരിപാടികളുടെ പരിപൂർണ്ണതയ്ക്കും, ക്രോഢീകരണത്തിനും സഹായകരമാകുവാനും നിലവിലുള്ള അപചയങ്ങൾ പരിഹരിക്കുന്നതിനും ഇതുമൂലം കഴിയും.

'കേന്ദ്ര ബാലാവകാശ കമ്മീഷൻ നിയമം 2005' ന്റെ മാതൃകയിൽ സംസ്ഥാനത്തും നിയമം ഉണ്ടാക്കണം. കുട്ടികളുടെ അവകാശങ്ങൾക്കുമേലുള്ള കടന്നുകയറ്റമുൾപ്പെടെ തടയുന്നതിന് പ്രത്യേക അതിവേഗ കോടതികളും, മറ്റു സംവിധാനങ്ങളും ഒരുക്കണം. 18 വയസ്സ് പൂർത്തിയാവുന്നതുവരെയുള്ള എല്ലാ മനുഷ്യജീവികളും കുട്ടികളാണെന്ന ഐക്യരാഷ്ട്രസംഘടനയുടെ നിർവ്വചനത്തിന്റെ അടിസ്ഥാനത്തിൽ ഈ പ്രായ

ത്തിലുള്ളവരെ ബാലവേല നിയമപരിധിയിൽ കൊണ്ടുവരണം. അവരുടെ മോചനം, പുനരധിവാസം, കുടുംബക്ഷേമം, വിദ്യാഭ്യാസം എന്നിവ സാദ്ധ്യമാക്കാൻ നിയമനിർമ്മാണം നടത്തണം.

പൊതു വിദ്യാഭ്യാസത്തെ സംരക്ഷിക്കുന്നതിനും ഹയർ സെക്കന്ററിതലംവരെയുള്ള സർക്കാർ-എയ്ഡഡ് അംഗീകൃതസ്കൂളുകൾക്കു ബാധകമായതും ജനാധിപത്യപരവും കുട്ടികളെ കേന്ദ്രീകരിച്ചുമുള്ള കരിക്കുലം, സിലബസ്, പാഠപുസ്തകങ്ങൾ, ഇതര സൗകര്യങ്ങൾ എന്നിവ ഉറപ്പുവരുത്തുന്നതിനും—എല്ലാ വിദ്യാലയങ്ങളിലും മതനിരപേക്ഷ വിദ്യാഭ്യാസം ഉറപ്പാക്കുന്നതിനും *വിദ്യാഭ്യാസാവകാശ നിയമവും ചട്ടങ്ങളും ഉണ്ടാക്കണം. സ്പോർട്സ്, അത്‌ലറ്റിക്സ്, കളികൾ, നാടൻ-ക്ലാസിക് കലകൾ എന്നിവയിൽ പൊതുകരിക്കുലത്തിന്റെ ഭാഗമായി കുട്ടികൾക്കെല്ലാം പരിശീലനം നല്കണം. ശാരീരിക-മാനസിക വൈകല്യങ്ങളുള്ളവർക്ക് പ്രത്യേക പരിശീലനത്തിന് അവസരമുണ്ടാവണം.

18 വയസ്സുവരെയുള്ളവർക്ക് ഹെൽത്ത് കാർഡ് സമ്പ്രദായം ഏർപ്പെടുത്താനും ആരോഗ്യപരിരക്ഷ, ചെലവുകുറഞ്ഞ ചികിത്സ എന്നിവയ്ക്ക് പി എച്ച് സി (പ്രൈമറി ഹെൽത്ത് സെന്റർ) മുഖേന കഴിയണം. ശാരീരികവും മാനസികവുമായ ആരോഗ്യം കുട്ടികൾക്ക് അത്യന്താപേക്ഷിതമാണ്. കുട്ടികളുടെ സാംസ്കാരിക-കായിക അഭിരുചികൾ പോഷിപ്പിക്കുന്നതിനായി തദ്ദേശ സ്വയംഭരണ സ്ഥാപനങ്ങൾ പ്രത്യേക ജാഗ്രത പുലർത്തണം.

പഠന ബോധന പ്രക്രിയയുടെയും കരിക്കുലത്തിന്റെയും ഭൗതിക സാഹചര്യങ്ങളുടെയും കാര്യത്തിൽ ഇന്നുള്ള അപാകതകൾ പരിഹരിക്കാൻ 'പ്രീ സ്കൂൾ ശിശുപരിചരണ നിയമം' പാസാക്കണം. ഈ മേഖലയിലെ പ്രശ്നങ്ങൾ പഠിക്കാൻ ഒരു പ്രീ സ്കൂൾ കമ്മീഷനെ നിയമിക്കണം. തദ്ദേശ സ്വയംഭരണസ്ഥാപനങ്ങളുടെ കാര്യക്ഷമമമായ ശ്രദ്ധയും ഈ മേഖലയിൽ ഗുണപ്രദമായി വിനിയോഗിക്കണം. പ്രീ സ്കൂൾ പരിചരണം-ആഭ്യന്തര സൗകര്യങ്ങൾ, പഠനപ്രക്രിയ എന്നിവയുമായി ബന്ധപ്പെട്ട് ശാസ്ത്രീയമായ സംവിധാനം ഉണ്ടാവണം. പ്രീ സ്കൂളുകളെ നിയന്ത്രിക്കുകയും വേണം.

കുട്ടികളെ അതിക്രമങ്ങളിൽ നിന്നു സംരക്ഷിക്കുന്നതിനുവേണ്ടി ജില്ലാ-നഗരതലങ്ങളിൽ ബാലപൊലീസ് യൂണിറ്റുകളും, ബാലക്ഷേമ ഓഫീസർമാരും അടങ്ങിയ സംരക്ഷണ പ്രവർത്തനമുണ്ടാവണം. ജില്ലാ ബാലനീതി ബോർഡുകൾ, സംസ്ഥാന-ജില്ലാ സ്ഥാപനതല ഉപദേശക സമിതികൾ എന്നിവയെ സക്രിയമാക്കണം.

സമഗ്രബാലനയം പ്രഖ്യാപിക്കുകയെന്നത് സമയോചിത സമീപനം തന്നെയായിരിക്കും തീർച്ച.

---

* നിർബ്ബന്ധിതവും സൗജന്യവുമായ വിദ്യാഭ്യാസത്തിന് കുട്ടികൾക്കുള്ള അവകാശ നിയമം 2009 ആഗസ്ത് 26 നാണ് നിലവിൽ വന്നത്. ലേഖനം അതിനുമുമ്പെഴുതിയതാണ്.

# സ്കൂൾ പാഠ്യപദ്ധതിയെക്കുറിച്ച്

**കേ**രളത്തിലെ സ്കൂൾ വിദ്യാഭ്യാസത്തെക്കുറിച്ച് ഏവരും വ്യാകുലരാണ്. ദേശീയ പാഠ്യപദ്ധതി ചട്ടക്കൂടി (2005)ന്റെ അന്തഃസത്ത ഉയർത്തിപ്പിടിച്ചുകൊണ്ടുള്ള കേരള പാഠ്യപദ്ധതി 2007 ചട്ടക്കൂടിന്റെയും പാഠപുസ്തകങ്ങളുടെയും അടിവേരറുക്കാനുള്ള യജ്ഞം ആരംഭിച്ചു കഴിഞ്ഞു. കേരളത്തിലെ പാഠപുസ്തകങ്ങൾക്ക് ചരമക്കുറിപ്പെഴുതാനും തീർത്തും സാമ്പ്രദായികമായ പഴയ രീതിയെ പുനരുദ്ധരിക്കാനുമാണ് സർക്കാർ ശ്രമം. പാഠ്യപദ്ധതി പരിഷ്ക്കരണത്തിനെന്ന പേരിൽ ഒരു വിദഗ്ദ്ധ സമിതിയെ യു ഡി എഫ് സർക്കാർ നിയോഗിച്ചു. അലിഗഡ് സർവ്വകലാശാല മുൻ വൈസ് ചാൻസിലർ ഡോ. പി കെ അബ്ദുൾ അസീസിന്റെ നേതൃത്വത്തിലുള്ള പരിഷ്ക്കരണ സമിതിയുടെ റിപ്പോർട്ട് പുറത്തുവന്നപ്പോൾ ഒരു കാര്യം മനസ്സിലായി, ലക്ഷ്യം പരിഷ്ക്കരണമല്ല അട്ടിമറിതന്നെ.

കേരളത്തിലെ സ്കൂൾ വിദ്യാഭ്യാസ ഘടനയ്ക്ക് പുതിയ മാനം നല്കിയ പാഠ്യപദ്ധതിയെ കടന്നാക്രമിക്കാനാണ് സമിതി തയ്യാറായത്. അക്കാദമിക് സമൂഹമൊന്നാകെ മികച്ചതെന്നു വിലയിരുത്തിയ നിലവിലെ പാഠ്യപദ്ധതിയെ 'സമഗ്രമായി പരിഷ്ക്കരി'ക്കണമെന്ന് വിദഗ്ദ്ധസമിതി നിർദ്ദേശിക്കുന്നു. നിലവിലെ പാഠ്യപദ്ധതിയെ ആഴത്തിൽ വിലയിരുത്താതെയുള്ളതാണ് സമിതി ശുപാർശകൾ. ഓർമ്മപ്പരീക്ഷ കാലഹരണപ്പെട്ടതാണെന്ന് വിദ്യാഭ്യാസ വിചക്ഷണരും അക്കാദമിക് സമൂഹവും തെളിവുകളുടെ പിൻബലത്തിൽ മുമ്പേ പറഞ്ഞിട്ടുണ്ട്. ഇവ ഒഴിവാക്കപ്പെടണമെന്ന് ദേശീയ പാഠ്യപദ്ധതിയും പ്രത്യേകമായി പറയുന്നു. വിദ്യാഭ്യാസ അവകാശ നിയമത്തെ ലംഘിച്ചുകൊണ്ടാണ് ഇപ്പോഴുള്ള പല നിർദ്ദേശങ്ങളും തയ്യാറാക്കപ്പെട്ടിരിക്കുന്നത്.

സാമൂഹ്യ ചുറ്റുപാടുകളെയും അറിവുകളെയും വിമർശനാത്മകമായി വിലയിരുത്തുന്ന രീതിശാസ്ത്രമാണ് ഏറ്റവും അഭികാമ്യം. ശിശുകേന്ദ്രീ

കൃതമായ ഇത്തരമൊരു വിദ്യാഭ്യാസ പ്രക്രിയയെ ആധുനികലോകം അംഗീകരിച്ചുകഴിഞ്ഞു. എന്നാൽ ഓർമ്മപ്പരീക്ഷകളിലേക്ക് കുട്ടികളെ ആനയിക്കാനും അദ്ധ്യാപക കേന്ദ്രീകൃതമായ വിദ്യാഭ്യാസത്തെ തിരിച്ചു കൊണ്ടുവരാനുമുള്ള നിർദ്ദേശങ്ങളാണ് വിദഗ്ദ്ധ സമിതിയുടേതെന്ന പേരിൽ അവതരിപ്പിച്ചിരിക്കുന്നത്. ഇത് തയ്യാറാക്കിയത് എത്ര 'വിദഗ്ദ്ധ'ന്മാരായാലും ഇവയെല്ലാം അവിദഗ്ദ്ധവും അശാസ്ത്രീയവും അപക്വവുമാണെന്ന് പറയാതെ വയ്യ. സാമ്പ്രദായിക ക്ലാസ്മുറികൾ കാണാപാഠങ്ങൾക്ക് പ്രാധാന്യം നല്കുമ്പോൾ നിലവിലുള്ളവ ചുറ്റുപാടുകളിൽ നിന്ന് കണ്ടുപഠിക്കാൻ കുട്ടിയെ പ്രാപ്തനാക്കുന്നു. ഇന്ത്യയിലെ പല സംസ്ഥാനങ്ങളും കേരള സിലബസിനെ മാതൃയാക്കിയതും ഇതുകൊണ്ടു തന്നെ. ബോധന പ്രക്രിയയിലും പാഠ്യക്രമങ്ങളിലും ഇതുണ്ടാക്കിയ മാറ്റം ആവേശകരമാണ്. കുട്ടിയുടെ സമഗ്രവും സർവ്വതോന്മുഖമായ വളർച്ചയാണ് പുതിയ പാഠ്യപദ്ധതിയുടെ നേട്ടം. മുൻബെഞ്ചും പിൻബെഞ്ചുമെന്ന ജനാധിപത്യ വിരുദ്ധ കാഴ്ചപ്പാടിനെ നാടുകടത്താൻ എല്ലാ ബെഞ്ചുകളെയും എല്ലാ വിദ്യാർത്ഥികളെയും ലക്ഷ്യംവച്ചുകൊണ്ടുള്ള പുതിയ ബോധനരീതിക്ക് കഴിഞ്ഞു. ഏറ്റവും ആധുനിക രീതിയിലും സ്വയം നവീകരിക്കപ്പെടാനും അദ്ധ്യാപകർക്ക് സമയം മാറ്റിവെക്കേണ്ടിവന്നു. അതുകൊണ്ടുതന്നെ ഈ പാഠ്യപദ്ധതിക്ക് പരക്കെ അംഗീകാരവും ലഭിച്ചു. എസ് എസ് എൽ സിയ്ക്കും പ്ലസ്ടുവിനുമൊക്കെ മികച്ച വിജയമുണ്ടായി. പൊതുവിദ്യാലയങ്ങളിൽ നിന്ന് പഠിച്ചിറങ്ങുന്നവർക്ക് സിവിൽ സർവ്വീസ് പരീക്ഷയിലും മെഡിക്കൽ/എഞ്ചിനീയറിങ് എൻട്രൻസിലും ഇതര ദേശീയതല യോഗ്യതാ പരീക്ഷകളിലും മിന്നുന്ന പ്രകടനം കാഴ്ചവയ്ക്കാനായി.

2006-2011 കാലയളവിൽ ഇടതുപക്ഷ ജനാധിപത്യമുന്നണി സർക്കാർ സ്കൂളുകളുടെ ഭൗതിക പശ്ചാത്തലം വർദ്ധിപ്പിച്ചും പോഷകാഹാര പദ്ധതി ത്വരിതപ്പെടുത്തിയും സൗജന്യപാഠപുസ്തക-യൂണിഫോം പദ്ധതികൾ നടപ്പാക്കിയും സ്കൂൾ മേഖലയ്ക്ക് നവോന്മേഷം നല്കി. ഇതെല്ലാമിപ്പോൾ അട്ടിമറിക്കപ്പെടുകയാണ്. മുക്കിനുമുക്കിനു സ്വകാര്യ സി ബി എസ് സി സ്കൂളുകൾക്ക് വീണ്ടും വീണ്ടും അനുമതി കൊടുക്കാൻ സർക്കാർ തീരുമാനിച്ചു. പ്ലസ് വൺ പ്രവേശനം അട്ടിമറിച്ചു. ഇതിന്റെ തുടർച്ചയാണ് പാഠ്യപദ്ധതി തകർക്കാനുള്ള ശ്രമവും. തുടർ മൂല്യനിർണ്ണയ സമ്പ്രദായത്തെയും നിരാകരിക്കും. വിദ്യാഭ്യാസത്തിൽ മാതൃഭാഷയുടെ സ്ഥാനം എന്താണെന്ന് നിർണ്ണയിക്കുന്നതിൽ നിന്ന് വിദഗ്ദ്ധ സമിതിയും സർക്കാരും മലക്കം മറിഞ്ഞിരിക്കുന്നു.

യഥാസമയം കരിക്കുലം കമ്മിറ്റി ചേരാതെയായിരുന്നു പാഠ്യപദ്ധതി പരിഷ്കരിക്കാൻ എസ് സി ഇ ആർ ടി അധികൃതർ ഇറങ്ങിപ്പുറപ്പെട്ടത്. കരിക്കുലം കമ്മിറ്റിയുടെ അനുവാദമില്ലാതെയാണ് സമീപനരേഖയുടെ പശ്ചാത്തലത്തിലുള്ള സിലബസ് ഗ്രിഡ് തയ്യാറാക്കിയതും പുസ്തക നിർമ്മിതിയിലേക്ക് കടന്നതും. അധികാരദുർവിനിയോഗത്തിന്റെയും അമി

താധികാര വാഴ്ചയുടെയും അഴിമതിയുടെയും തുരുത്തായി എസ് ഇ ആർ ടി മാറിയത് അപലനീയമാണ്, പ്രതിഷേധാർഹവും ഇടതുപക്ഷ സർക്കാരിന്റെ കാലത്തെ സാമൂഹ്യ പാഠപുസ്തക(7-ാം ക്ലാസ്)ത്തിലെ 'ജീവന്റെ കഥ' പാഠഭാഗത്തെ സംബന്ധിച്ച് പരിശോധിക്കാൻ നിയോഗിക്കപ്പെട്ട കമ്മിറ്റിയുടെ ശുപാർശകളെ തങ്ങൾക്കാവുംവിധം ദുർവ്യാഖ്യാനം ചെയ്തുകൊണ്ട് നിലവിലെ പാഠ്യപദ്ധതിയെ അട്ടിമറിക്കാനുള്ള സർക്കാർ ശ്രമം കേരളത്തിൽ വിലപ്പോകില്ല. ആടിനെ പട്ടിയാക്കുവാൻ എളുപ്പമാണ്. പക്ഷേ, ആട്ടിൻപാൽ കറന്നെടുക്കാൻ നന്നേ പ്രയാസപ്പെടുമെന്ന് വിദഗ്ദ്ധർ ഓർക്കണം.

വിദ്യാഭ്യാസ രംഗത്തെ ആർജ്ജിതനേട്ടങ്ങളെ തകർക്കുന്നതിനെതിരെ അദ്ധ്യാപക-വിദ്യാർത്ഥി-ബഹുജനസമരം ശക്തിപ്പെടണം. വിദ്യാഭ്യാസത്തിന്റെ ഗുണമേന്മയെ തകർക്കാനുള്ള സർക്കാർ നയത്തിനെതിരെ നടത്തുന്ന അതിശക്തമായ പ്രക്ഷോഭങ്ങൾ ഇതിന്റെ ഭാഗമാണ്. പൊതുവിദ്യാലയങ്ങൾക്കും കേരള സിലബസിനും വേണ്ടി നിലയുറപ്പിക്കണം. സംവാദാത്മകവും സർഗ്ഗാത്മകവുമായ ക്ലാസ്മുറികളെ നിരാകരിക്കുവാൻ അനുവദിക്കരുത്. സ്കൂളിനു പുറത്തുള്ള ജീവിതത്തെ തൊട്ടറിയാനും സമൂഹത്തോട് പ്രതിബദ്ധത പുലർത്താനുമുള്ള കുട്ടിയുടെ താല്പര്യത്തെ ഹനിക്കരുത്. പഠന പ്രവർത്തനങ്ങളോട് ഉദ്ഗ്രഥിക്കപ്പെട്ട പരീക്ഷ സമ്പ്രദായത്തെ തകർക്കാനും പഴഞ്ചൻ ഓർമ്മ പരീക്ഷകളെ പുനരുദ്ധരിക്കാനും അനുവദിക്കരുത്.

പാഠ്യപദ്ധതി നടപ്പിലാക്കിയപ്പോൾ ഉണ്ടായ പോരായ്മകൾ പ്രായോഗികതലത്തിലെ കൂട്ടായ ചർച്ചകൾക്കു ശേഷം ജനാധിപത്യപരമായ ഇടപെടലുകളിലൂടെ പരിഹരിക്കുകയാണ് അഭികാമ്യം.

# ബാലാവകാശ പ്രശ്നങ്ങളെപ്പറ്റി രണ്ടു കുറിപ്പുകൾ

**ഒന്ന്**

**മ**നുഷ്യസമുദായം ചെയ്യുന്ന തെറ്റുകളിൽ ഏറ്റവും ക്രൂരം കുട്ടികളോടുള്ള അവഗണനയാണ്. കുട്ടികളുടെ അസ്ഥികൾ ഉറയ്ക്കുകയും രക്തം രൂപപ്പെടുകയും ബോധം വികസിക്കുകയും ചെയ്യുന്ന ഘട്ടത്തിലെ അവഗണന.

ലാറ്റിനമേരിക്കൻ സാഹിത്യത്തിലേക്ക് ചിലിയൻ മഴക്കാടുകളിൽ നിന്ന് തെറിച്ചുവീണ ഒരിറ്റു കണ്ണീർ തുള്ളിയാണ് ഗബ്രിയേലാ മിസ്ട്രൽ. സ്നേഹത്തിന്റെയും മാതൃവാത്സല്യത്തിന്റെയും പാൽമണമൊഴുകുന്ന വരികൾ ലോകത്തിനു സമ്മാനിച്ച കവയിത്രി. കുട്ടികൾക്കുവേണ്ടി എഴുതപ്പെട്ട ഏറ്റവും ഗംഭീരമായ കവിതകളിലൊന്ന് 'അവന്റെ പേര് ഇന്ന്' എന്ന അവരുടെ രചനയാണ്. ആ കവിതയുടെ സംഗ്രഹമാണ് മേലുദ്ധരിച്ചത്. ബാലാവകാശങ്ങളെപ്പറ്റിയുള്ള ചിന്തകളുടെയെല്ലാം ആമുഖമായി ഇതു ചേർക്കാം. മണ്ണുംവിണ്ണും വിഷമയമാകുന്ന കാലത്തു ജീവിക്കേണ്ടി വരുന്നവരാണ് ഇന്നത്തെ കുരുന്നുകൾ. 'നല്ലതെല്ലാം കുട്ടികൾക്കു' നല്കണമെന്നും 'കുട്ടികൾക്കിണങ്ങിയ ലോകം' പണിതുയർത്തണമെന്നുമുള്ള സന്ദേശങ്ങൾ 'സംഭവങ്ങ'ളാവുന്ന കാലം അതിവിദൂരമാണ്.

ലോകത്തെ എഴുപതിലധികം രാഷ്ട്രങ്ങൾ നിരോധിച്ചതും ഇന്ത്യ നിരോധിക്കാത്തതുമായ എൻഡോസൾഫാൻ കീടനാശിനിയെക്കുറിച്ചുള്ള വാർത്ത കേട്ടുകൊണ്ടാണ് ഇപ്പോൾ നാം ഉണരുന്നത്. ശാസ്ത്രജ്ഞർ, ആരോഗ്യപ്രവർത്തകർ, വിവിധ പഠനസമിതികൾ പ്രസിദ്ധീകരണങ്ങൾ തുടങ്ങിയവരെല്ലാം ഈ കീടനാശിനിയുടെ മാരക ഭവിഷ്യത്തുക്കളിലേക്ക് വിരൽ ചൂണ്ടിയതാണ്. കാസർഗോട്ടും പാലക്കാട്ടും ഇടുക്കിയിലുമുള്ള ദുരിതബാധിതരുടെ നിലവിളികൾ ഇപ്പോഴും നമുക്ക് കേൾക്കാം. അമ്മ

മാരുടെ മുലപ്പാലിൽ പോലും കീടനാശിനിയുടെ അംശമുണ്ടെന്ന കണ്ടെത്തലുകൾക്കു മുൻപിൽ പകച്ചു നില്ക്കുകയാണ് കേരള ജനത. എന്നിട്ടും മുലപ്പാൽ കുടിച്ചുതെഴുത്ത കേന്ദ്രമന്ത്രി പുംഗവന്മാർ ഇതു നിരോധിക്കാൻ തയ്യാറാകുന്നില്ല. 'കൊലച്ചതിയല്ലാതെ മറ്റെന്താണിത്? മാരകമായ വിഷമഴയേറ്റു മരണമടഞ്ഞവർ നിരവധിയാണ്. മരിച്ചു ജീവിക്കുന്നവർ, മരിച്ചവരേക്കാൾ ഹതഭാഗ്യരാണ് തങ്ങളെന്ന് ജീവിതംകൊണ്ട് ഓർമ്മപ്പെടുത്തുന്നു.

കാസർഗോഡ് ബോവിക്കാനത്തെ സൈനബ എന്ന പെൺകുഞ്ഞ് അല്പകാലമേ നമ്മോടൊപ്പമുണ്ടായിരുന്നുള്ളൂ. അവളുടെ തല അനക്കാൻ പോലുമാകാത്ത നിലയിൽ വളർന്നിരുന്നു. ശരീരത്തിന് താങ്ങാനാവാത്ത ഭാരം! അവൾ ആദ്യം കരഞ്ഞു പിന്നെപ്പിന്നെ കരയാത്ത കാറ്റിനൊപ്പം ജീവിതത്തിൽ നിന്ന് വിടപറഞ്ഞു.

സംസാരിക്കാനാവാത്ത അസ്വസ്ഥനും അശാന്തനുമായ ഉണ്ണികൃഷ്ണൻ, മലദ്വാരമില്ലാതെ പിറന്നുവീണ ഫായിസ്, എട്ടുവയസ്സായിട്ടും അംഗനവാടിയിലെത്തുന്ന പാവം ഷഹാന, ക്രച്ചസിനൊപ്പം നടന്നു നീങ്ങുന്ന പന്ത്രണ്ടുകാരൻ മുഹമ്മദ് റഫീഖ്, ആധിവ്യാധികൾ മുറുകെപ്പിടിച്ചിരിക്കുന്ന; നില്ക്കാനും നടക്കാനും കഴിയാത്ത വിധം ഇടയ്ക്കിടയ്ക്ക് വീണുപോകുന്ന നാലാം ക്ലാസുകാരൻ അജിത്, ശരീരത്തെക്കാൾ വലിയ തലയുള്ള പാലക്കാട് മുതലമടയിലെ ഏഴുവയസ്സുകാരി ശരണ്യ, ബുദ്ധിമാന്ദ്യം വന്ന പത്തുവയസ്സുകാരി സ്നേഹ, ത്വക്ക് രോഗ ബാധിതനും ഒൻപതുകാരനുമായ ഗോവിന്ദാപുരത്തെ ശക്തിവേൽ, ചർമ്മം പൊട്ടിപ്പൊളിഞ്ഞുകൊണ്ടിരിക്കുന്ന ചെമ്മണാമ്പതിയിലെ ഒന്നരവയസ്സുകാരൻ ജയചന്ദ്രൻ... ഇവിടെയൊതുക്കാനാവാത്തവിധം വേദനിക്കുന്ന കുഞ്ഞുങ്ങളുടെ നിര നീണ്ടുപോവും; 'പരിഷ്കൃത' സമൂഹം നടത്തിയ ഇത്ര സംഘടിതമായ ഒരാക്രമണം അടുത്തകാലത്തൊന്നും കേരളത്തിലേയോ ഇന്ത്യയിലേയോ കുട്ടികൾ അഭിമുഖീകരിച്ചിട്ടുണ്ടാവില്ല. ഈ മാരക കീടനാശിനി നിരോധിക്കുന്നതുവരെ നമുക്കുറങ്ങാതിരിക്കാം.

**രണ്ട്**

കേരളത്തിലെ ശിശുക്ഷേമ സ്ഥാപനങ്ങളെപ്പറ്റി പഠിക്കുന്നതിനായി സർക്കാർ നിയോഗിച്ച *എം പ്രകാശൻ മാസ്റ്റർ എം എൽ എ അദ്ധ്യക്ഷനായ കമ്മീഷന്റെ റിപ്പോർട്ട് പുറത്തുവന്നു കഴിഞ്ഞു. ഇതിലെ നിർദ്ദേശങ്ങൾ അടിയന്തിരമായി നടപ്പിലാക്കണം. അനാഥാലയങ്ങൾ, യത്തീംഖാനകൾ, ശിശുബാലഭവനുകൾ, ബാല-ബാലികാമന്ദിരങ്ങൾ എന്നിവയും ജുവനൈൽ ജസ്റ്റിസ് സ്ഥാപനങ്ങളായ ഒബ്സർവേഷൻ ഹോം, ആഫ്റ്റർ കെയർ ഹോം എന്നിവയുമാണ് റിപ്പോർട്ടിന് ആധാരം. ജുവനൈൽ ജസ്റ്റിസ് (കെയർ ആന്റ് പ്രൊട്ടക്ഷൻ ഓഫ് ചിൽഡ്രൻ) ആക്ട് 1960 ഓർഫനേജ് ആന്റ് അദർ ചാരിറ്റബിൾ ഹോം (സൂപ്പർവിഷൻ ആന്റ് കൺട്രോൾ)

* 16-3-2010 ന് മുഖ്യമന്ത്രി വി എസ് അച്യുതാനന്ദന് റിപ്പോർട്ട് സമർപ്പിക്കപ്പെട്ടു.

ആക്ട് 1960 എന്നിവയുടെ അടിസ്ഥാനത്തിലാണ് മേൽപ്പറഞ്ഞ സ്ഥാപനങ്ങൾ പ്രവർത്തിക്കുന്നത്. എന്നാൽ ശിശുക്ഷേമ സ്ഥാപനങ്ങൾക്കു മാത്രമായി ഒരു പ്രത്യേക നിയമം ഇന്നില്ല എന്ന വസ്തുത റിപ്പോർട്ടിൽ നിന്ന് ബോദ്ധ്യപ്പെടും. അതുപോലെ കേരളത്തിലെ എല്ലാ ജില്ലകളിലും അനധികൃതമായ ശിശുസംരക്ഷണ സ്ഥാപനങ്ങൾ പ്രവർത്തിക്കുന്നുണ്ട് എന്നും കമ്മീഷൻ കണ്ടെത്തിയിരിക്കുന്നു. അവയിൽ അർഹമായവയെ നിയമാനുസൃതമാക്കാനോ അല്ലാത്തവയെ അടച്ചുപൂട്ടാനോ സർക്കാരിനെ കഴിയണം. ശിശുക്ഷേമ സ്ഥാപനങ്ങളെ സംസ്ഥാന-ജില്ലാതലത്തിൽ ഏകോപിപ്പിക്കാൻ സംവിധാനങ്ങളില്ല എന്ന വിമർശനത്തിലും കഴമ്പുണ്ട്. ശിശുക്ഷേമ, സ്ഥാപനങ്ങളിലെ പ്രവേശനം, സൗകര്യങ്ങൾ, ദൈനംദിനപ്രവർത്തനങ്ങൾ, ഭക്ഷണം, വിദ്യാഭ്യാസം എന്നിവയെ സംബന്ധിച്ച് അനാഥാലയ നിയമങ്ങളിൽ കൃത്യമായ വ്യവസ്ഥകളില്ല. അതുകൊണ്ടുതന്നെ പ്രാഥമിക സൗകര്യങ്ങളുൾപ്പെടെയുള്ള സംവിധാനങ്ങളുടെ കാര്യത്തിലുള്ള ഗുരുതരമായ താളപ്പിഴകൾ പരിഹരിക്കണം. ഉന്നത വിദ്യാഭ്യാസത്തിലേക്ക് കടക്കുന്ന കുട്ടികൾക്ക് സാങ്കേതിക/പ്രൊഫഷണൽ സ്ഥാപനങ്ങളിൽ സീറ്റുകൾ സംവരണം ചെയ്യുന്നതുൾപ്പെടെ ചർച്ച ചെയ്യണമെന്നും കമ്മീഷൻ നിർദ്ദേശിക്കുന്നു.

എല്ലാത്തരം ശിശുസ്ഥാപനങ്ങളിലെയും ജീവനക്കാർക്ക് മികവുറ്റ പരിശീലനം നല്കണം. ഇതു ലഭിച്ചവരെ മാത്രമേ ഇത്തരം സ്ഥാപനങ്ങളിൽ നിയമിക്കാൻ പാടുള്ളൂ എന്നു തീരുമാനിക്കണം. കുട്ടികൾക്ക് വസ്ത്രം അലക്കിക്കൊടുക്കുന്ന കാര്യത്തിലുൾപ്പെടെ ജീവനക്കാരുടെ സേവനം നിർബ്ബന്ധിതമാക്കണം. സർക്കാർ സ്ഥാപനങ്ങളിലടക്കം ഇന്നുള്ള കുറവുകൾ പരിഹരിക്കപ്പെടണം. താലൂക്ക് തലത്തിൽ പ്രൊബേഷൻ ഓഫീസർമാരെ, കുട്ടികളുടെ കാര്യം ശ്രദ്ധിക്കുന്നതിനുവേണ്ടി നിയമിക്കണം. ഒപ്പം അനാഥ പെൺകുട്ടികളെ സംരക്ഷിക്കുന്നതിനുള്ള ജില്ലാതല സംവിധാനങ്ങൾ മെച്ചപ്പെടുത്തണമെന്നും കുറ്റവാസനയുള്ള കുട്ടികളെ സാമൂഹ്യവല്ക്കരിക്കുന്നതിനും സാമൂഹ്യ ജീവിതത്തിലേക്ക് കൊണ്ടുവരുന്നതിനുമുള്ള നീക്കങ്ങളുണ്ടാവണമെന്നും ഒബ്സർവേഷൻ ഹോമുകളുടെ പോരായ്മകൾ പരിഹരിക്കണമെന്നും കമ്മീഷൻ നിർദ്ദേശിച്ചിട്ടുണ്ട്. എച്ച് ഐ വി ബാധിതരായ കുട്ടികളെ പരിചരിക്കാൻ പുതിയ സംവിധാനമുണ്ടാവണം. സ്ഥിരലൈംഗിക തൊഴിലാളികളായ സ്ത്രീകളുടെ മക്കൾക്ക് സുരക്ഷിതത്വം ഒരുക്കണം.

ഇത്തരം സ്ഥാപനങ്ങളുടെയെല്ലാം സാമ്പത്തിക പ്രക്രിയകൾ സുതാര്യമാക്കാനുള്ള ഇടപെടൽ നടത്തണമെന്നും മതനിരപേക്ഷ സ്വഭാവം കാത്തുസൂക്ഷിക്കാൻ സ്ഥാപനങ്ങൾക്ക് കഴിയണമെന്നും റിപ്പോർട്ട് ചൂണ്ടിക്കാട്ടുന്നു. അവയെല്ലാം ഗൗരവപൂർവ്വം എടുക്കാനും നടപടികൾ സ്വീകരിക്കാനും സംസ്ഥാന സർക്കാരിന് ബാദ്ധ്യതയുണ്ട്.

# പതിനാറിൽ വേണ്ടത് വിദ്യാഭ്യാസമാണ്; വിവാഹമല്ല

**എ**ട്ടാം ക്ലാസിലെ
എട്ടും പൊട്ടും തിരിയാത്ത
കുഞ്ഞാമിനയെ കാണാൻ
ഒരാളു വന്നു
ഒട്ടകവിയർപ്പിന്റെ സുഗന്ധം
താടി തലേക്കെട്ട്
നെറ്റിയിൽ ചെമ്പുതുട്ട്
ഉമ്മ പറഞ്ഞു
പുയ്യാപ്ല
ബാപ്പ പറഞ്ഞു
പുയ്യാപ്ല
കുഞ്ഞാമിനയുടെ
ഉള്ളു പറഞ്ഞു
ഉപ്പൂപ്പ- ഉപ്പൂപ്പ

കവിത - *പുയ്യാപ്ല* - കുരീപ്പുഴ ശ്രീകുമാർ

ശൈശവ വിവാഹം നിയമവിരുദ്ധവും മനുഷ്യവിരുദ്ധവുമാണ്. വിശദീകരണങ്ങളൊന്നുമില്ലാതെ ആർക്കും മനസ്സിലാവുന്ന കാര്യമാണിത്. സാംസ്കാരിക വൈവിദ്ധ്യം ഒത്തുചേർന്ന ഇന്ത്യയിൽ വ്യത്യസ്ത ജാതി -മതങ്ങൾ പിന്തുടരുന്ന വിവാഹ രീതികൾക്ക് അവരവരുടേതായ പാരമ്പര്യമുണ്ട്. ആദിവാസികൾ, ദളിതർ, ഹിന്ദു സമുദായത്തിലെ വിവിധ ജാതി വിഭാഗങ്ങൾ. ക്രിസ്ത്യാനികളും അവയുടെ ഉപവിഭാഗങ്ങളും മുസ്ലീങ്ങളും അവയിലെതന്നെ പ്രാദേശികരൂപങ്ങളും എന്നിങ്ങനെ എല്ലാവരും അവരുടേതായ രീതികളിൽ വിവാഹം നടത്തുന്നു. ഇന്ത്യയിൽ പെൺകു

ട്ടിക്ക് വിവാഹം കഴിക്കാവുന്ന കുറഞ്ഞ പ്രായം 18 ഉം ആണിന് 21 ഉം ആണ്. ഇത് അംഗീകരിച്ചുകൊണ്ടുള്ള ഏതുതരം വിവാഹരീതിയെയും ആരും ചോദ്യം ചെയ്തിട്ടുമില്ല. എന്നാലിപ്പോൾ പുതിയൊരു വിവാദം കേരളത്തിൽ ഉയർന്നു വന്നിരിക്കുന്നു. മുസ്ലീം പെൺകുട്ടികളുടെ വിവാഹപ്രായം 16 ആക്കണം എന്ന നിർദ്ദേശമാണ് അവതരിപ്പിക്കപ്പെട്ടിരിക്കുന്നത്. ഇതിന് പ്രേരണയായത് 2013 ജൂൺ 14 ന് തദ്ദേശ വകുപ്പ് പ്രിൻസിപ്പൽ സെക്രട്ടറി പുറത്തിറക്കിയ സർക്കുലറാണ്. 18 വയസ്സിൽ താഴെയുള്ള മുസ്ലീം പെൺകുട്ടികളുടെ വിവാഹം രജിസ്റ്റർ ചെയ്തുകൊടുക്കാൻ തദ്ദേശ സ്ഥാപനങ്ങൾക്ക് നല്കിയ നിർദ്ദേശമാണ് സർക്കുലറായി പുറത്തുവന്നത്. കേരളത്തിലുണ്ടായ ശക്തമായ പ്രതിഷേധത്തെത്തുടർന്ന് സർക്കുലർ ചെറിയരീതിയിൽ ഭേദഗതി ചെയ്യപ്പെട്ടു. 2013 ജൂൺ 27 വരെ നടന്ന ശൈശവ വിവാഹം രജിസ്റ്റർ ചെയ്താൽ മതിയെന്ന് സന്ദേശമാണ് അതിലുള്ളത്. എന്നാൽ ഇതും നിയമവിരുദ്ധമായിരുന്നു. സമീപകാലത്ത് കോഴിക്കോട് സിയാസ്ക യത്തീംഖാനയിൽനിന്ന് മിടുമിടുക്കിയായ 16 കാരിയെ സൗദി പൗരൻ വിവാഹം കഴിച്ചു. ദിവസങ്ങളോളം ഒരുമിച്ച് താമസിച്ച് ഒടുവിൽ അവളെ ഉപേക്ഷിച്ച് കടന്നുകളഞ്ഞു. പരാതി ഉയർന്നതിനെത്തുടർന്ന് അഖിലേന്ത്യാ ജാധിപത്യ മഹിളാ അസോസിയേഷനും എസ് എഫ് ഐ യും ഡിവൈ എഫ് ഐയുമെല്ലാം പ്രത്യക്ഷസമരത്തിലേക്ക് പോകുമെന്നസ്ഥിതിയുണ്ടായി. ഒടുവിലാണ് സംഭവത്തിന്റെ ഗുരുതരാവസ്ഥ പൊലീസ് മനസ്സിലാക്കിയതും അന്വേഷണമാരംഭിച്ചതും. പിന്നീട് കാര്യങ്ങൾ കലങ്ങി മറിഞ്ഞു. മുസ്ലീംലീഗിന്റെ പിന്തുണയോടെയും ലീഗ് നേതാക്കന്മാരുടെ കാർമ്മികത്വത്തിലും എട്ട് മുസ്ലീം സംഘടനാ നേതാക്കൾ യോഗം ചേർന്നു. മുസ്ലീം പെൺകുട്ടികളുടെ വിവാഹപ്രായം 18 ൽ നിന്ന് കുറവു ചെയ്യണമെന്നാവശ്യപ്പെട്ട് രംഗത്തുവരാനും ഇക്കാര്യത്തിൽ തങ്ങൾക്കുള്ള 'അവകാശം' സ്ഥാപിച്ചുകിട്ടാൻ സുപ്രീം കോടതിയിൽ പോകാനും അവർ തീരുമാനിച്ചു. ഒപ്പം മുസ്ലീം വ്യക്തിനിയമ സംരക്ഷണസമിതിയും രൂപീകരിച്ചു.

| | | |
|---|---|---|
| 1975 കോഴിക്കോട് മെഡിക്കൽ കോളേജിലെ ആകെ വിദ്യാർത്ഥിനികൾ | - | 200 |
| മുസ്ലീം വിഭാഗത്തിൽ നിന്നുള്ള വിദ്യാർത്ഥിനികൾ | - | 10 |
| 2012 ലെ മുസ്ലീം വിദ്യാർത്ഥിനികൾ | - | 60 |
| 1967 ൽ മമ്പാട് എം ഇ എസ് കോളേജിലെ മുസ്ലീം വിദ്യാർത്ഥിനികൾ | - | 4 |
| 2013 ൽ | - | 620 |

## ശൈശവവിവാഹം നിയമത്തിന്റെ ദൃഷ്ടിയിൽ

ദുഷിച്ചു നാറിയ സംസ്കാരത്തിന്റെ പ്രതിനിധാനമാണ് ഇത്. പതി

നെട്ടിനു മുമ്പുള്ള വിവാഹം യഥാർത്ഥത്തിൽ പറഞ്ഞുറപ്പിച്ച മാംസക്കച്ചവടമാണ്. ഇന്ത്യയിലും വ്യത്യസ്ത വിഭാഗങ്ങളിൽ ഇത് നിലവിലിരുന്നു. പഴയ ആചാരമായിരുന്നു ഇതെല്ലാം. അപരിഷ്കൃതമായ ഒരു കാലഘട്ടത്തിന്റെ സൃഷ്ടി, വിദ്യാഭ്യാസത്തെപ്പറ്റി, അടിസ്ഥാന കാഴ്ചപ്പാട് വികസിക്കാത്ത സാഹചര്യം അന്ന് ഇതിനെ പ്രചോദിപ്പിച്ചു. പെൺകുട്ടിയുടെയും ആൺകുട്ടിയുടെയും ശാരീരിക മാനസിക ഘടനയെ വിലയിരുത്താൻ പാകത്തിലുള്ള വളർച്ച സമൂഹത്തിന് ഇല്ലാതിരുന്നുവെന്ന് പറയാം. ഉത്തരേന്ത്യൻ ഗ്രാമങ്ങളിൽ മാത്രമല്ല കേരളത്തിന്റെയും അനുഭവം ഇതൊക്കെത്തന്നെയായിരുന്നു. എന്നാൽ ഇന്ത്യ സ്വാതന്ത്ര്യം പ്രാപിച്ച്, ഐക്യകേരളം നിലവിൽവന്നതോടെ കാര്യങ്ങൾ മാറി ബോധവല്ക്കരണപ്രവർത്തനങ്ങൾ, ബലാവകാശ നിയമങ്ങൾ, ദേശീയ ശിശുനയം ഇവയെല്ലാം ശൈശവ വിവാഹത്തെ എതിർത്തു. ശൈശവ വിവാഹ നിയന്ത്രണ നിയമം നിലവിൽ വന്നു.

2006 ൽ ശൈശവ വിവാഹ നിരോധന നിയമവും പാർലമെന്റ് പാസ്സാക്കി. 18 വയസ്സിന് താഴെയുള്ള പെൺകുട്ടിയുടെ വിവാഹം നടത്തുന്നവർക്ക് രണ്ടുകൊല്ലംവരെ തടവ് ശിക്ഷ ലഭിക്കും. 2013 ലെ കർണ്ണാടക ഹൈക്കോടതി വിധിയിൽ പറയുന്നത് ശൈശവ വിവാഹം, മനുഷ്യാവകാശലംഘനമെന്നാണ്. ശൈശവ വിവാഹങ്ങൾ ശ്രദ്ധയിൽപ്പെട്ടാലുടൻ തൊട്ടടുത്ത മജിസ്ട്രേറ്റിനെ സമീപിക്കാമെന്നും വിവാഹം നടത്തിക്കൊടുത്ത രക്ഷിതാക്കളും, അതിൽ പങ്കെടുത്തവരുൾപ്പെടെ ശിക്ഷിക്കപ്പെടുമെന്നും ശൈശവ വിവാഹ നിരോധന നിയമം വ്യക്തമാക്കുന്നു. 18 വയസ്സിൽ താഴെയുള്ള പെൺകുട്ടിയുമായി അവളുടെ സമ്മതത്തോടെ ലൈംഗികബന്ധത്തിൽ ഏർപ്പെട്ടാലും ബലാത്സംഗമായി കണക്കാക്കി ശിക്ഷിക്കപ്പെടുമെന്നും നിയമമുണ്ട്. 2013 ഫെബ്രുവരി മൂന്നിന് രാഷ്ട്രപതി ഓർഡിനൻസ് മുഖാന്തിരവും പിന്നീട് പാർലമെന്റ് വഴിയും (ക്രിമിനൽ ലോ അമന്റ്മെന്റ് ആക്ട്- 2013) ഇത് നിയമമായി മാറിയിട്ടുണ്ട്.

## ശൈശവ വിവാഹത്തിനുവേണ്ടിയുള്ള വാദത്തിനു പിന്നിൽ

ശരീഅത്ത് നിയമത്തെ ദുർവ്യാഖ്യാനം ചെയ്തുകൊണ്ടാണ് ശൈശവ വിവാഹത്തിനുവേണ്ടിയുള്ള വാദം ഉയർത്തിവിടുന്നത്. ശരീഅത്തിൽ വിവാഹപ്രായത്തെപ്പറ്റി കൃത്യമായി പറയുന്നില്ല. ഋതുമതിയാവുന്ന പെൺകുട്ടിയുടെ വിവാഹം നടത്താം എന്നു മാത്രമാണ് വിവാഹത്തെ സംബന്ധിച്ച് സൂചിപ്പിക്കുന്നത്. എന്നാൽ മറ്റ് നിരവധി കാര്യങ്ങളിൽ കർക്കശമായ നിലപാട് സ്വീകരിക്കുന്ന ഇസ്ലാം മതത്തിലെ വ്യക്തിനിയമത്തിൽ ഒരിടത്തും ഋതുമതിയായാലുടൻ വിവാഹം കഴിപ്പിക്കണമെന്ന കാർക്കശ്യമില്ല. ഒപ്പം രാഷ്ട്ര നിയമങ്ങൾ അനുസരിക്കാൻ മുസ്ലീങ്ങൾക്ക് ബാദ്ധ്യതയുണ്ട് എന്നുതന്നെയാണ് ലോകത്തെ പ്രധാന മുസ്ലീം പണ്ഡിതന്മാരും പറയുന്നത്, പെൺകുട്ടികളുടെ കാര്യങ്ങൾ തീരുമാനി

ക്കുമ്പോൾ അവരുടെ സമ്മതം കണക്കിലെടുക്കണമെന്നും ഇസ്ലാംമതം അനുശാസിക്കുന്നുണ്ട്. 16 വയസ്സ്—അഥവാ പ്ലസ്‌വൺ വിദ്യാർത്ഥിനിയായ ഒരു മുസ്ലീം പെൺകുട്ടിയും തനിക്ക് വിവാഹം വേണമെന്ന് വാശിപിടിക്കുകയില്ല. അപ്പോൾ അവളോട് ചോദിക്കാതെ അവളുടെ കാര്യത്തിൽ തീരുമാനമെടുക്കുന്നത് വിലക്കുന്ന ഇസ്ലാം മത തത്ത്വത്തെ യാഥാസ്ഥിതികർ മുഖവിലയ്ക്കെടുക്കുന്നില്ല എന്നുവേണം കരുതാൻ. ഒപ്പം ഋതുമതിയാകുന്നത് കൃത്യം പതിനാറിലാകണമെന്നില്ല. പുതിയ ഭക്ഷണസംസ്കാരത്തിന്റെയും കായികാഭ്യാസമുൾപ്പെടെയുള്ള ശാരീരിക വ്യവഹാരങ്ങളുടെയും ജൈവ ഘടനയിലെ വ്യത്യാസത്തിന്റെ അടിസ്ഥാനത്തിലും കാലാവസ്ഥാ സ്വാധീനത്തിലുമൊക്കെ അഞ്ചാംക്ലാസിലോ, ആറിലോ പഠിക്കുമ്പോൾ ഋതുമതി ആകുന്നവരുമുണ്ട്. കുഞ്ഞുങ്ങളെ കൈയിൽ ബലൂണുമായി വിവാഹപന്തലിലേക്ക് ആനയിക്കണമെന്നാണോ ലീഗ് നിർദ്ദേശിക്കുന്നത്? ശരീരത്തിന് ഒരു നിയമമുണ്ട്. ശരീഅത്ത് നിയമത്തെ ദുർവ്യാഖ്യാനം ചെയ്തുകൊണ്ട് ശരീരത്തിന്റെ നിയമത്തെ ലംഘിക്കരുത്. ചെറുപ്പകാലത്തെ വിവാഹഫലമായുണ്ടാകുന്ന ഗർഭധാരണം ഗുരുതരമായ ആരോഗ്യപ്രശ്നങ്ങളുണ്ടാക്കുമെന്ന് തീർച്ച (യൂണിസെഫ് റിപ്പോർട്ട് 2012). അവർ ജന്മം നല്കുന്ന കുഞ്ഞുങ്ങൾ വേണ്ടത്ര ഭാരമുള്ളവരല്ല. ഒരു വയസ്സിനുമുമ്പ് മരണമടയുന്ന കുഞ്ഞുങ്ങളുടെ എണ്ണം വർദ്ധിക്കുകയാണ്.

## പതിനാറിനുവേണ്ടി വാദിക്കുന്നവർ സമുദായസ്നേഹികളോ സമുദായ ദ്രോഹികളോ

മുസ്ലീം പെൺകുട്ടികളെ ഉന്നത വിദ്യാഭ്യാസത്തിന്റെ അകത്തളങ്ങളിൽ നിന്ന് ആട്ടിയോടിക്കാനേ വിവാഹപ്രായം ഇളവ് ചെയ്യുന്നതിലൂടെ സാധിക്കുകയുള്ളൂ. ഭർത്താവിന്റെ ഇച്ഛാനുസരണം പ്രവർത്തിക്കുന്ന ഒരു യന്ത്രമായി മാറാൻ കുട്ടിക്കാലത്തുതന്നെ അവൾ പരിചയിക്കും. അത്രേയുള്ളൂ. മുസ്ലീങ്ങളുടെ വിദ്യാഭ്യാസത്തിനും നവോത്ഥാനത്തിനുമായി നിരവധി സാമൂഹ്യ പരിഷ്ക്കർത്താക്കൾ പൊരുതിയിട്ടുണ്ട്. അതിന്റെ ഭാഗമായി തട്ടമിട്ടവരും ഇടാത്തവരുമായ ലക്ഷക്കണക്കിന് മുസ്ലീം പെൺകുട്ടികൾ സ്കൂളിലെത്തുന്നു. കോളേജുകളിലെത്തുന്നു. ഗവേഷണമേഖലയിലും പ്രൊഫഷണൽ വിദ്യാഭ്യാസരംഗത്തും 'വിലസി' നടക്കുന്നു. സിവിൽ സർവ്വീസ് ഉൾപ്പെടെയുള്ള രംഗങ്ങളിൽ അവൾ പറന്നുയരുന്നു. മുഖ്യധാരയിലേക്കും പൊതുരംഗത്തേക്കുമുള്ള അവളുടെ വരവിനെ പ്രോത്സഹിപ്പിക്കാൻ ഇടതുപക്ഷ പുരോഗമന പ്രസ്ഥാനങ്ങളും സർക്കാരും പ്രത്യേക പരിശ്രമങ്ങളും നടത്തി. അതോടെ മുസ്ലീം വിഭാഗത്തിന്റെ ഇന്ത്യൻ അവസ്ഥയിൽനിന്ന് കേരളീയ സാഹചര്യം ഏറെ മെച്ചപ്പെട്ടു. ഇന്ത്യയിൽ 25% മുസ്ലീം പെൺകുട്ടികൾ സ്കൂളിൽ പോകുന്നില്ലെന്ന കണ്ടെത്തൽ സച്ചാർ കമ്മിറ്റി റിപ്പോർട്ടിലുണ്ട്. കേരളം ഇതിൽനിന്നെല്ലാം എത്രയോ വളർന്നുകഴിഞ്ഞു. ഈ വളർച്ചയെ 'മയ്യ'ത്താക്കാൻ ഇറങ്ങി പുറപ്പെട്ടവർ ഭൂതകാലം ചികഞ്ഞ് നോക്കുന്നത് നല്ലതാണ്.

| | | |
|---|---|---|
| ഇന്ത്യയിൽ 18നു മുമ്പ് വിവാഹിതരാവുന്ന പെൺകുട്ടികൾ | - | 47% |
| 18 ന് മുമ്പ് അമ്മമാരാകുന്നവർ | - | 22% |
| ലോകത്താകെ നടക്കുന്ന ശൈശവ വിവാഹങ്ങളിൽ ഇന്ത്യൻ സംഭാവന | - | 40% |
| ഗ്രാമപ്രദേശങ്ങളിൽ ജനിക്കുന്ന കുഞ്ഞുങ്ങളിൽ ഭാരക്കുറവ് ഉള്ളവർ | - | 46% |
| വിളർച്ച കണ്ടുവരുന്ന കുഞ്ഞുങ്ങൾ | - | 72% |

(ചെറിയ പ്രായത്തിൽ വിവാഹതിരാവുന്നവർ ജന്മം നല്കുന്ന കുട്ടികളിൽ ഭാരക്കുറവ് ഉള്ളവരെ കാണാം. ഒരു വയസ്സാകുന്നതിനു മുമ്പ് മരണമടയുന്ന കുട്ടികളുടെ എണ്ണം വർദ്ധിക്കുന്നു)

അവലംബം UNICEF Report - 2012

## മുസ്ലീം സമുദായത്തിന് നാണക്കേടുണ്ടാക്കിയ നീക്കങ്ങൾ

കേരളത്തിലെ ചിന്തിക്കുന്ന മുസ്ലീങ്ങൾ ശൈശവ വിവാഹത്തെ അംഗീകരിക്കുന്നവരല്ല. ഇളം പൈതലുകളെ തേടി അലഞ്ഞുതിരിയുന്ന വരാണ് മുസ്ലീം ചെറുപ്പക്കാർ എന്ന പ്രതീതിയാണ് മുസ്ലീംലീഗ് ഉണ്ടാക്കിയിരിക്കുന്നത്. സ്കൂൾ വരാന്തകളിൽനിന്ന് വിവാഹവേദികളിലേക്ക് പെൺകുട്ടികളെ കൊണ്ടുപോകാൻ വെപ്രാളപ്പെടുന്നവരാണോ തങ്ങളെന്ന ലജ്ജിപ്പിക്കുന്ന ഒരു ചോദ്യം ഓരോ മുസ്ലീം യുവാവിനെയും വേട്ടയാടിത്തുടങ്ങിയിരിക്കുന്നു. ബലൂണും പട്ടവും ഉയർത്തിക്കെട്ടി ഓടി നടക്കുന്ന പിഞ്ചോമനകളുടെ കഴുത്തിൽ എങ്ങനെയാണ് തങ്ങൾ താലികെട്ടുന്നതെന്ന് ഓരോ മുസൽമാനും ചോദിച്ചു തുടങ്ങി. പട്ടം പറത്തേണ്ട പ്രായത്തിൽ അടുക്കളക്കാരികളാക്കി മാറ്റുന്ന സംസ്കാരരാഹിത്യത്തോട് ആർക്കാണ് ഐക്യദാർഢ്യം പ്രഖ്യാപിക്കാനാവുക? മുസ്ലീം ആൺകുട്ടികളെക്കാൾ ഉന്നതവിദ്യാഭ്യാസത്തിന് ഇപ്പോൾ എത്തുന്നത് പെൺകുട്ടികളാണ്. വിവാഹപ്രായം കുറയ്ക്കണമെന്ന് വാദിക്കുന്നവർ ഇതിന് തടയിടാനുള്ള ഗൂഢാലോചന നടത്തിയവരാണ്. സ്ത്രീകളെ അടിച്ചമർത്തി വീടുകളിൽ തളച്ചിടുക എന്ന അറുപിന്തിരിപ്പൻ വാദമാണിത്. വിവാഹം കഴിക്കാൻ പാകത്തിൽ മനസ്സും ശരീരവും പക്വതയിലെത്തുന്നപ്രായവും ഗർഭധാരണമുൾപ്പെടെയുള്ള കാര്യങ്ങളെയും മുന്നിൽ കണ്ടാണ് ഇന്ത്യയിൽ പെൺ വിവാഹപ്രായം കുറഞ്ഞത് 18 ആക്കി നിശ്ചയിച്ചിട്ടുള്ളത്.

ശാരീരികമായ മാറ്റത്തിന്റെ ഘട്ടമാണ് കൗമാരം, മനഃശാസ്ത്രപരമായും മാറ്റമുണ്ടാവുന്നു. ഏറ്റവും ക്രിയാത്മകവും ചടുലവുമായ ഒരു ഘട്ട

ത്തിലേക്കുള്ള പരിണാമമാണിത്. ശാരീരിക-മാനസിക-വൈകാരിക വളർച്ചയിലേക്ക് പെൺകുട്ടികൾ കാലെടുത്തു വയ്ക്കുന്നതിനുമുമ്പ് തന്നെ അവളെ കൂട്ടിലടച്ച തത്തമ്മയാക്കാൻ സ്ഥിരബുദ്ധിയുള്ള ആരെങ്കിലും ശ്രമിക്കുമോ? ദാമ്പത്യത്തെക്കുറിച്ചുള്ള ചിന്തയോ മാനസിക-ശാരീരിക പക്വതയോ ഈ പ്രായത്തിൽ ഉണ്ടാവുകയുമില്ല. എല്ലാ അർത്ഥത്തിലും സ്വതന്ത്രമായി ചിന്തിക്കാനും സാമൂഹ്യബന്ധങ്ങളിൽ ഗൗരവത്തോടെ കണ്ണിചേരാനും ബൗദ്ധികശേഷി ആർജ്ജിക്കാനും തുടങ്ങുന്നതേയുണ്ടാവൂ. ഇത്തരം സങ്കല്പങ്ങളെയെല്ലാം അവഗണിച്ച് വിടരുംമുമ്പേ പൂമൊട്ടുകളെ കശക്കിയെറിയാൻ തുനിയുന്നത് ക്രൂരതയാണ്. സ്കൂൾ വിദ്യാർത്ഥിയായിരിക്കുമ്പോൾ വിവാഹിതരാകുന്നവർ സ്കൂൾ മുറ്റത്തേക്കുള്ള വരവിനെപ്പറ്റി സ്വപ്നം കാണാൻ കഴിയാത്തവരായി മാറിപ്പോവും. ഇങ്ങനെയൊരു സാഹചര്യത്തിൽ കേരളത്തിന്റെ വിദ്യാഭ്യാസ മന്ത്രി പി കെ അബ്ദുറബ്ബ് പറഞ്ഞത് വിവാഹം കഴിക്കുന്നത് വിദ്യാഭ്യാസത്തിന് തടസ്സമാവില്ലെന്നാണ്. വിദ്യാഭ്യാസവും വിവാഹവും ഒരുമിച്ച് കൊണ്ടുപോകുന്നത് ബുദ്ധിമുട്ടുള്ള കാര്യമല്ലെന്നും കൂട്ടിച്ചേർത്തു. പ്രായപരിധിയെപ്പറ്റി കൂടുതൽ പ്രതികരിക്കുന്നില്ലെന്നും (ഇനിയെന്ത് കൂടുതൽ?) പറഞ്ഞു. ഇതുകേട്ട് നാട്ടിലെ ഹൈസ്കൂൾ കുട്ടികൾ ഞെട്ടിയിരിക്കുകയാണ്. ഹൈസ്കൂൾ വിദ്യാർത്ഥിനികൾക്ക് പ്രസവാവധി നല്കാനും ഇവർ മടിക്കില്ല. കാരണം പ്രസവവും വിദ്യാഭ്യാസവുമായി ബന്ധമില്ലെന്ന പ്രഖ്യാപനം അദ്ദേഹം നടത്തിക്കളയും!

ശൈശവ വിവാഹത്തിന്റെ ബ്രാന്റ് അംബാസിഡർമാരായി മാറുകയാണ് മുസ്ലംലീഗ്. മുസ്ലീങ്ങളുടെ സാമൂഹ്യപുരോഗതിയെ തടയാനും സമ്പന്നപ്രമാണിവർഗ്ഗത്തിന്റെ മാംസദാഹത്തിനു പച്ചക്കൊടി കാട്ടാനുമാണ് ഇവരുടെ ശ്രമം.

# വൈസ് ചാൻസലർ പദവിയും ഉന്നത വിദ്യാഭ്യാസ രംഗവും

സർവ്വകലാശാല വൈസ്ചാൻസലർ നിയമനത്തെക്കുറിച്ചുള്ള ചർച്ചകൾ സജീവമാണ്. കേരളത്തിൽ, യു ഡി എഫ് സർക്കാർ വരുമ്പോഴെല്ലാം വിദ്യാഭ്യാസരംഗവുമായി ബന്ധപ്പെട്ട ഉന്നതപദവികളിൽ അനർഹരെയാണ് നിയമിക്കുന്നത്. ഇപ്പോഴും കാര്യങ്ങൾ വ്യത്യസ്തമല്ല കാലിക്കറ്റ് വി സിയായി സ്കൂൾ മാനേജരെ നിയോഗിക്കാനുള്ള നീക്കത്തിനെതിരെ വലിയ പ്രക്ഷോഭമുണ്ടായി. കണ്ണൂർ-സംസ്കൃത-സർവ്വകലാശാലകളിലെ വി സി നിയമനം വ്യാപകമായ വിമർശനത്തിനിടയാക്കി. കേരളയിൽ ഒരു കൊല്ലം വി സി പദവി ഒഴിഞ്ഞു കിടന്നു. മഹാത്മാഗാന്ധി സർവ്വകലാശാലയിൽ യു ഡി എഫ് സർക്കാരിന്റെ പ്രത്യേക താല്പര്യാർത്ഥം നിയമിതനായ വൈസ് ചാൻസലർ വാസ്തവവിരുദ്ധമായ ബയോഡേറ്റ സമർപ്പിക്കുകയുണ്ടായി. ഒടുവിൽ ചാൻസലർ കൂടിയായ ഗവർണർ വി സി യെ പുറത്താക്കി. ഇത്തരമൊരു പശ്ചാത്തലത്തിൽ വൈസ് ചാൻസലർ പദവിയുടെ മൂല്യത്തേയും പ്രസക്തിയേയും നിർവ്വചിക്കേണ്ടിവരുന്നു.

നമ്മുടെ സമൂഹത്തിൽ സർവ്വകലാശാലയുടെ പങ്കെന്താണ്? എല്ലാ വിജ്ഞാന ശാഖകളുടെയും കേന്ദ്രസ്ഥാനമാണ് സർവ്വകലാശാലകൾക്കു കല്പിച്ചിട്ടുള്ളത്. ലോകത്തെ പുതുക്കിപ്പണിയാനുള്ള സമരമാണ് വിദ്യാഭ്യാസം. അത്തരമൊരർത്ഥത്തിൽ വിദ്യാഭ്യാസ സമൂഹത്തിന്റെ ആധികാരിക ശബ്ദമാണ് സർവ്വകലാശാലകളിൽ നിന്നു പുറത്തുവരുന്നത്. ഇന്ത്യയിൽ പാർലമെന്റ് നിർമ്മിക്കുന്ന നിയമത്തിലൂടെ കേന്ദ്ര സർവ്വകലാശാല (Central University)കളും നിയമസഭ പാസാക്കുന്ന നിയമത്തിലൂടെ സംസ്ഥാന സർവ്വകലാശാല (State University)കളും നിലവിൽ വരുന്നു. ഇത്തരം സ്ഥാപനങ്ങളുടെ പരികല്പനയും പരിപാലനവും സർക്കാരിന്റെ

സഹായത്തോടെയാണെങ്കിലും പാഠ്യ-ഗവേഷണ പ്രക്രിയകളിൽ ഭരണ കൂടത്തിന് ഇടപെടാനാവില്ല. അവയെല്ലാം സർവ്വകലാശാലകൾക്കുള്ള സ്വയം ഭരണാവകാശത്തിൽപ്പെടുന്നു. ഉന്നതവിദ്യാഭ്യാസ ഭൂമിക വിപുല പ്പെടുത്തുകയാണ് ഈ സ്ഥാപനങ്ങളുടെ ലക്ഷ്യം. വിജ്ഞാനോല്പാദ നത്തിന്റെയും വിതരണത്തിന്റെയും വിശാലമായ കാഴ്ചപ്പാടാണ് അവ യ്ക്കുള്ളത്. നിലനില്ക്കുന്ന അധികാര വ്യവസ്ഥയെ പിന്തുടർന്നുകൊണ്ട് നടപ്പിൽവരുത്തേണ്ടതല്ല സർവ്വകലാശാലകളുടെ സ്വയംഭരണം. അത് സ്വയം നിർണ്ണയാവകാശത്തിന്റെ പ്രതലത്തിൽ ചലിക്കാനുള്ള അക്കാദ മിക് സമൂഹത്തിന്റെ സ്വാതന്ത്ര്യമാണ്. സർക്കാർ നയങ്ങൾ നടപ്പിലാ ക്കേണ്ട ഏജൻസിയല്ല സർവ്വകലാശാല എന്നുസാരം.

ബൗദ്ധികമേഖലയിൽ പ്രാഗത്ഭ്യം നേടിയവർ, തൊഴിൽരംഗത്തേ ക്കുള്ള വൈദഗ്ദ്ധ്യം ആർജിച്ചവർ എന്നിവരെ സൃഷ്ടിക്കുക മാത്രമല്ല സർവ്വകലാശാല വിദ്യാഭ്യാസത്തിന്റെ ഉദ്ദേശ്യം. സംസ്കാരത്തിന്റെ ഗതി വിഗതികൾ നിർണ്ണയിക്കുന്ന കലാകാരൻ/ശാസ്ത്രജ്ഞൻ/കർഷകർ/പത്ര പ്രവർത്തകൻ തുടങ്ങിയ അനേകം സ്ഥലികളിലേക്കുള്ള പ്രേരണ കൂടി യാണ് യഥാർത്ഥത്തിൽ ഉന്നതവിദ്യാഭ്യാസം. ബഹുവൈജ്ഞാനികവും അന്തർവൈജ്ഞാനികവുമായ ദാർശനികതലം സർവ്വകലാശാലാ വിദ്യാ ഭ്യാസത്തിനുമുണ്ട്. ഈ സംവിധാനങ്ങളെയാകെ നിയന്ത്രിക്കാൻ പാക ത്തിൽ ജനാധിപത്യ ഉള്ളടക്കത്തോടെയുള്ള ഭരണ-അക്കാദമിക സമി തികളും നേതൃസ്ഥാനിയായി വൈസ് ചാൻസലറും പ്രവർത്തിക്കുന്നു. പ്രോ-വൈസ് ചാൻസലർ, രജിസ്ട്രാർ, എക്സാമിനേഷൻ കൺട്രോളർ തുടങ്ങിയ ഉന്നതപദവികളും നമ്മുടെ സർവ്വകലാശാലകളിലുണ്ട്.

ഇന്ത്യയിലെ സർവ്വകലാശാലാ വിദ്യാഭ്യാസത്തിന്റെ ഗുണനിലവാരം ഉറപ്പുവരുത്തി, ഏകോപിപ്പിക്കാൻ ചുമതലപ്പെട്ട പരമോന്നത സമിതിയാണ് യു ജി സി. വൈസ് ചാൻസലർ/പ്രോ-വൈസ് ചാൻസർ പദവികളുടെ ആധികാരികത ഉയർത്തിപ്പിടിക്കാൻ പാകത്തിൽ യു ജി സി തയ്യാറാക്കുന്ന യോഗ്യതാ മാനദണ്ഡങ്ങളോട് ആർക്കും വിയോജിക്കാനാവില്ല. ഏറ്റവും മികച്ചത് വേണ്ട, ഏറ്റവും മോശം മതി എന്ന് ആരും വാദിക്കുകയില്ലല്ലോ. 2010 ജൂൺ 30 ന് പുറത്തിറങ്ങിയ യു ജി സി റെഗുലേഷനിലൂടെയാണ് സമീപകാലത്ത് ഇത്തരം പദവികളെപ്പറ്റി യു ജി സി വിശദീകരിക്കുന്നത്.

കാര്യക്ഷമതയും ഉദ്ഗ്രഥനശേഷിയും ധാർമ്മികമൂല്യങ്ങളും ഉൾച്ചേർന്ന ആളാവണം വി സി ആവേണ്ടത്. സ്ഥാപനത്തോടുള്ള കറക ളഞ്ഞ പ്രതിബദ്ധതയും പ്രതിജ്ഞാബദ്ധതയും വേണം. പരമശ്രേഷ്ഠ നായ അക്കാദമീഷ്യനും പത്തുകൊല്ലത്തിൽ കുറയാതെ സർവ്വകലാശാ ലാതല അദ്ധ്യാപന പരിചയവും (Professorship) ഉണ്ടാവണം. ഗവേഷ ണ-അക്കാദമിക് ഭരണസ്ഥാപനങ്ങളിലെ സംഭാവനകൾ, പ്രവർത്തനമി കവ് എന്നിവ മുൻനിർത്തിയും നിയമനം ആവാം. പക്ഷേ സർക്കാരിന് ഏകപക്ഷീയമായി തിരഞ്ഞെടുപ്പ് നടത്താനാവില്ല. വൈസ് ചാൻസലർ നിയമത്തിനായി മൂന്നു മുതൽ അഞ്ചുവരെ പേരുകളടങ്ങിയ പാനൽ തയ്യാ

റാക്കണം. സെർച്ച് കമ്മിറ്റി രൂപീകരിച്ച ശേഷം ഈ കമ്മിറ്റിയുടെ മേൽനോട്ടത്തിലാവണം പാനൽ തയ്യാറാക്കേണ്ടതാണ്. യു ജി സി ചെയർമാന്റെ പ്രതിനിധി, സർവ്വകലാശാല സെനറ്റിന്റെ പ്രതിനിധി, സർക്കാരിന്റെ പ്രതിനിധി ഇവരാണ് സെർച്ച് കമ്മിറ്റി അംഗങ്ങൾ. അക്കാദമിക് വൈദഗ്ദ്ധ്യത്തിന്റെയും മികവിന്റെയും അടിസ്ഥാനത്തിൽ രാജ്യത്തിനകത്തും പുറത്തും പ്രവർത്തനാനുഭവവും ഭരണപരിചയവുമുള്ളവരുടെ പേരുകളാണ് പാനലിൽ ഉൾപ്പെടുത്തേണ്ടത്. പൊതുവിജ്ഞാപനംവഴിയോ നാമനിർദ്ദേശ സമ്പ്രദായത്തിലൂടെയോ പേരുകൾ കണ്ടെത്താം. ഈ പാനൽ ചാൻസലർ കൂടിയായ ഗവർണർക്ക് സമർപ്പിച്ചാൽ അദ്ദേഹത്തിന് വി സി നിയമനം നടത്താവുന്നതാണ്.

നേരത്തെ നിലവിൽവന്ന കേരള, കാലിക്കറ്റ്, സംസ്കൃത, എം ജി സർവ്വകലാശാല നിയമങ്ങളിലൊന്നും വൈസ് ചാൻസലറുടെ യോഗ്യതകൾ പ്രത്യേകം പറയുന്നില്ല. എങ്കിലും ഉന്നതമായ അക്കാദമിക താല്പര്യം മുൻനിർത്തിയാണ് വി സി നിയമനം ഇവിടെയും നടന്നിരുന്നത്. അക്കാദമിക ശ്രേഷ്ഠതയും വൈഭവവും ഭരണ വൈദഗ്ദ്ധ്യവും അദ്ധ്യാപന പരിചയവും പൊതുസ്വീകാര്യതയും ഇവർക്കുണ്ടായിരുന്നു. ഇത് കീഴ്വഴക്കവുമാണ് (ഉദാ: ഡോ. മുഹമ്മദ് ഗനി, ഡോ. യു ആർ അനന്തമൂർത്തി, ഡോ. കെ എൻ പണിക്കർ, ഡോ. രാജൻഗുരുക്കൾ, ഡോ. ബി ഇക്ബാൽ, ഡോ. എ ജയകൃഷ്ണൻ).

2010 ൽ യു ജി സി റെഗുലേഷൻ പുറത്തുവന്നതോടെ സർവ്വകലാശാല നിയമങ്ങളിൽ ഇതുകൂടി ചേർക്കാവുന്നതാണ്. നമ്മുടെ രാജ്യത്തെ ഫെഡറൽ സ്വഭാവത്തെ നിരാകരിക്കുന്നതോ സർവ്വകലാശാല സ്വയംഭരണത്തെ ദുർബ്ബലപ്പെടുത്തുന്നതോ അല്ല യു ജി സി നിർദ്ദേശം. സമ്പത്ത്, മതം, ജാതി രാഷ്ട്രീയ പക്ഷപാതിത്വം എന്നിവയിലധിഷ്ഠിതമായി ഇന്ത്യയിൽ പലയിടങ്ങളിലും വി സി നിയമനം നടന്നിരുന്നു എന്നത് വാസ്തവമാണ്. അനർഹരെ ഇത്തരം പദവികളിലെത്തിക്കാൻ പലരും താത്പര്യപ്പെട്ടിരുന്നു. അല്പകാലം മുമ്പ് ആറ് വി സി മാരുടെയും നാല് പി വി സി മാരുടെയും നിയമനം റദ്ദുചെയ്ത പാറ്റ്ന ഹൈക്കോടതി വിധി പരക്കെ ചർച്ചചെയ്യപ്പെട്ടു. അതുകൊണ്ടുതന്നെ യു ജി സി റെഗുലേഷൻ പ്രസക്തവുമാണ്.

അക്കാദമിക് സമൂഹത്തിന്റെ നേതൃസ്ഥാനത്താണ് വൈസ് ചാൻസലറുടെ ഇരിപ്പിടം. ബൗദ്ധിക ശേഷിയും ചടുലതയും വികസനകാഴ്ചപ്പാടും ഒത്തുചേർന്ന വ്യക്തിത്വം തന്നെയായിരിക്കണം ഇവിടെയെത്തിച്ചേരേണ്ടത്.

ആഗോളവല്ക്കരണം യാഥാർത്ഥ്യമായതോടെ ഉന്നതവിദ്യാഭ്യാസം കച്ചവടം മാത്രമായി. സ്വകാര്യസർവ്വകലാശാലകളും കല്പിതസർവ്വകലാശാലകളും സ്വാശ്രയകോളേജുകളും വിദ്യാഭ്യാസരംഗത്ത് ദുരന്തം സൃഷ്ടിച്ചു. സംസ്ഥാന സർവ്വകലാശാലകൾക്ക് അർഹമായ ഫണ്ട് അനുവദിക്കാതെയും അദ്ധ്യാപക നിയമനത്തിനുള്ള അംഗീകാരം നല്കാ

തെയും ഗവേഷക ഫെലോഷിപ്പുകൾ തടഞ്ഞുവച്ചും പട്ടികജാതി-വർഗ്ഗ-പിന്നോക്കവിദ്യാർത്ഥികൾക്കുള്ള സ്കോളർഷിപ്പ് പദ്ധതികൾ അട്ടിമറിച്ചും സർവ്വകലാശാലാ വിദ്യാഭ്യാസത്തെയും യു ഡി എഫ് സർക്കാർ തകർക്കുകയാണ്. സ്വാശ്രയകോളേജുകൾക്കുള്ള എൻ ഒ സി കൊടുക്കാനും വിദ്യാഭ്യാസ കച്ചവടത്തിന് പച്ചക്കൊടി കാട്ടാനും താല്പര്യമുള്ളവരെ വൈസ് ചാൻസലർ പദവിയിൽ അവരോധിക്കുന്നതിന്റെ രാഷ്ട്രീയം അതാണ്.

# മെഡിക്കൽ വിദ്യാഭ്യാസം സുപ്രീംകോടതി വിധിയുടെ മാനങ്ങൾ

ഇന്ത്യയിലെ പ്രൊഫഷണൽ വിദ്യാഭ്യാസത്തെ സംബന്ധിച്ച ഏറ്റവും ശ്രദ്ധേയമായ വിധിന്യായമാണ് 2013 സെപ്തംബർ എട്ടിന് സുപ്രീംകോടതി പുറപ്പെടുവിച്ചത്. മെഡിക്കൽ കോളേജുകളിൽ നേരത്തെ അനുവദിച്ചതിലധികം വിദ്യാർത്ഥികളെ പുതിയ വർഷം (2013-2014) പ്രവേശിപ്പിക്കാനുള്ള സ്വകാര്യ-സ്വാശ്രയ മാനേജ്മെന്റുകളുടെ നീക്കത്തെ മെഡിക്കൽ കൗൺസിൽ ഓഫ് ഇന്ത്യ തടഞ്ഞിരുന്നു. ഈ തീരുമാനം ഉൾക്കൊള്ളിച്ച കത്ത് റദ്ദാക്കണമെന്നാവശ്യപ്പെട്ട് റോഹിൽഖണ്ഡ് മെഡിക്കൽ കോളേജ് (യു പി) സമർപ്പിച്ച ഹർജി റദ്ദാക്കിക്കൊണ്ട് ജസ്റ്റിസുമാരായ കെ എസ് രാധാകൃഷ്ണൻ, എ കെ സിക്രി എന്നിവരുടെ ബഞ്ച് നടത്തിയ നിരീക്ഷണങ്ങളെല്ലാം വർത്തമാനകാലത്ത് ഏറെ പ്രാധാന്യമുള്ളവയാണ്.

മെഡിക്കൽ ബിരുദ-ബിരുദാനന്തര കോഴ്സുകൾക്ക് സ്വകാര്യ സ്വാശ്രയ സ്ഥാപനങ്ങൾ കോടികളാണ് വിദ്യാർത്ഥികളിൽനിന്ന് ഊടാക്കുന്നത്. ഫീസ്, സംഭാവന എന്നീ പേരുകളിലാണ് വൻ തുക കൈപ്പറ്റുന്നത്. അതുകൊണ്ടുതന്നെ കൂടുതൽ സീറ്റുകൾ ആവസ്യപ്പെടുന്നത്. വിദ്യാർത്ഥികളുടെ ക്ഷേമത്തിനോ സാമൂഹ്യ സേവനത്തിനോ അല്ല സ്വന്തം നേട്ടത്തിനുവേണ്ടിയാണ്. കേന്ദ്രസർക്കാരും ആരോഗ്യ-കുടുംബ ക്ഷേമ മന്ത്രാലയവും ഇന്റലിജൻസ് വിഭാഗവും സി ബി ഐ യും സ്വകാര്യ സ്വാശ്രയ സ്ഥാപനങ്ങളിലൂടെയുള്ള തലവരിപ്പണം തടയാതിരുന്നാൽ ഇവയെല്ലാം വമ്പൻ ധനകാര്യ സ്ഥാപനങ്ങളായി മാറുമെന്നും വിധിയിൽ ചൂണ്ടിക്കാട്ടി. രണ്ടാം യു പി എ സർക്കാരിനു കീഴിൽ ഉന്നത വിദ്യാഭ്യാസം എത്രമാത്രം കമ്പോളവല്ക്കരിക്കപ്പെട്ടു എന്നതിന്റെ തെളിവുകളാണ് സുപ്രീംകോടതിയുടെ ഈ വിധിയെന്ന് നമുക്ക് മനസ്സിലാക്കാനാവും. സ്വാശ്രയ ലോബിയുടെ താല്പര്യം കച്ചവടം തന്നെയെന്ന് വിളിച്ചുപറ

ഞ്ഞുകൊണ്ടിരിക്കുന്ന എസ് എഫ് ഐ യുടെ വാദങ്ങൾ ശരിയാണെന്ന് ഇനിയെങ്കിലും ഞങ്ങളുടെ വിമർശകർക്ക് അംഗീകരിക്കേണ്ടിവരും. സ്വാശ്രയ കോളേജുകളെ സംബന്ധിച്ച സുപ്രീംകോടതിയുടെ മുൻ വിധി ന്യായങ്ങളിൽ പലരും വിദ്യാഭ്യാസരംഗത്ത് അനഭിലഷണീയമായ പ്രവ ണതകളെ ക്ഷണിച്ചുവരുത്തി. സ്വകാര്യ ന്യൂനപക്ഷ സ്ഥാപനങ്ങളെക്കു റിച്ചുള്ള; ടി എം എ പൈ ഫൗണ്ടേഷൻ വേഴ്സസ് സ്റ്റേറ്റ് ഓഫ് കർണ്ണാട കേസിന്റെ വിധിയിൽ ഉന്നതവിദ്യാഭ്യാസം ആർജ്ജിക്കാനുള്ള ചെലവ് വിദ്യാർത്ഥിതന്നെ നല്കണമെന്ന് പതിനൊന്നംഗ ഭരണഘടനാ ബഞ്ച് പറഞ്ഞു. അക്കാദമികനേട്ടം സാമൂഹ്യനേട്ടം അല്ലെന്ന ആശയമായിരുന്നു ഈ വിധി ന്യായത്തിന്റെ പൊരുൾ. വിദ്യാർത്ഥി പ്രവേശനം, ഫീസ് ഘടന നിശ്ചയിക്കൽ എന്നിവയ്ക്കെല്ലാം മാനേജ്മെന്റുകൾക്ക് അത് അവകാശം നല്കുന്നു. ഒപ്പം പ്രൊഫഷണൽ വിദ്യാഭ്യാസം ആഗ്രഹിക്കുന്ന ഏതൊ രാളും അതിന്റെ വില നല്കണമെന്ന കാഴ്ചപ്പാട് ലോകത്താകെ ദൃഢീ കരിക്കപ്പെട്ടിട്ടുണ്ട് എന്നും കോടതി ചൂണ്ടിക്കാട്ടി. വാസ്തവത്തിൽ ഈ സിദ്ധാന്തം ആഗോള-ധനകാര്യ-വ്യാപാര സംവിധാനങ്ങളുടേത് മാത്ര മാണെന്ന വിമർശനം വ്യാപാകമായി ഉയർന്നിരുന്നു. എന്നാൽ ഉണ്ണികൃ ഷ്ണൻ കെ പി വേഴ്സസ് സ്റ്റേറ്റ് ഓഫ് ആന്ധ്രാപ്രദേശ് കേസിനെത്തു ടർന്ന് (1993) സുപ്രീംകോടതി പുറപ്പെടുവിച്ച വിധിന്യായത്തിൽ നിന്നുള്ള മലക്കംമറിച്ചിലായിരുന്നു 2002 ൽ ടി എം എം പൈകേസിൽ പുറത്തു വന്ന സുപ്രീംകോടതിയുടെ വിധി. ആഗോളവല്ക്കരണ രാഷ്ട്രീയം എങ്ങ നെയാണ് നീതിപീഠത്തെ സ്വാധീനിക്കുന്നതെന്ന് ഇത് വ്യക്തമാക്കുന്നു. വിദ്യാഭ്യാസം ഒരു വ്യാപാരമോ ബിസിനസോ തൊഴിലോ അല്ലെന്നും വിദ്യാഭ്യാസ സ്ഥാപനങ്ങൾ തുടങ്ങാനുള്ള അവകാശം മേല്പ്പറഞ്ഞ കാര്യ ങ്ങൾ ചെയ്യാനുള്ള ഭരണഘടനയിലെ 19(1)(ജി) പരിധിയിൽ വരുന്നി ല്ലെന്നും ഉണ്ണികൃഷ്ണൻ കേസിനെത്തുടർന്ന് കോടതി പറഞ്ഞു. ഒപ്പം ഉന്നത വിദ്യാഭ്യാസം നല്കുക എന്നത് ഒരു വ്യാപാരമോ ബിസിനസോ അല്ലെന്ന പ്രഖ്യാപനവും വിദ്യാഭ്യാസത്തിന്റെ വാണിജ്യവല്ക്കരണം അനു വദിക്കാൻ പാടില്ലെന്നുമായിരുന്നു കോടതി വ്യക്തമാക്കിയത്. പക്ഷേ, ഭരണഘടനയിലെ 19(1)(ജി) പ്രകാരമുള്ള അവകാശങ്ങളുടെ പരിധിയിൽ ഉന്നതവിദ്യാഭ്യാസം നല്കൽ ഉൾപ്പെടുമെന്ന് ടി എം എ പൈ കേസിനെ ത്തുടർന്നാണ് സുപ്രീംകോടതി പറഞ്ഞത്. സ്വാശ്രയ കോളേജുകളും സംസ്ഥാന സർക്കാരുകളും തങ്ങൾക്കാവുംവിധം ഈ വിധിയെ ഉപയോ ഗിച്ചു. ടി എം എ പൈ കേസിലെ (2002) വിചിത്രമായൊരു കണ്ടെത്തൽ വിദ്യാഭ്യാസ നടത്തിപ്പ് മൗലികാവകാശം ആകയാൽ ഏതെങ്കിലും തര ത്തിലുള്ള സർക്കാർ നിയന്ത്രണം ഏർപ്പെടുത്തുക എന്നത് ഭരണഘടനാ ലംഘനമായിരിക്കും എന്നായിരുന്നു. ഇന്ത്യയിൽ വിശേഷിച്ച്, ദക്ഷിണേ ന്ത്യൻ സംസ്ഥാനങ്ങളിലെ വിദ്യാഭ്യാസ കച്ചവടത്തിന് ഈ വിധി കരു ത്തുപകർന്നു. ഇതിനുശേഷവും നിരവധി വിധിന്യയങ്ങൾ ഈ മേഖല യിലുണ്ടായി. സ്വകാര്യ-സ്വാശ്രയ സ്ഥാപനങ്ങളെ സഹായിക്കുന്ന വല

തുപക്ഷ സർക്കാരുകൾ വിദ്യാർത്ഥികളെ കൊള്ളയടിക്കാനുള്ള ആ സ്ഥാപനങ്ങളുടെ നീക്കത്തിന് പ്രചോദനവുമായി. ന്യൂനപക്ഷ അവകാശങ്ങളെ ദുർവ്യാഖ്യാനം ചെയ്തതും ദുരുപയോഗപ്പെടുത്തിയും കേരളത്തിലും വൻ ലാഭമുണ്ടാക്കാൻ വിദ്യാഭ്യാസ മാഫിയയ്ക്ക് കഴിഞ്ഞു. 2006 ൽ കേരളത്തിൽ അധികാരത്തിലെത്തിയ ഇടതുപക്ഷ ജനാധിപത്യ മുന്നണി സർക്കാർ കൊണ്ടുവന്ന സ്വാശ്രയനിയമം വിദ്യാഭ്യാസ കച്ചവടക്കാർക്ക് പ്രഹരമായി മാറി. ഫീസ് ഘടന, പ്രവേശനം, സംവരണം എന്നിവയിലെല്ലാം സാമൂഹ്യ നിയന്ത്രണം വരുന്നതോടെ തങ്ങളുടെ കമ്പോള താല്പര്യങ്ങൾ അട്ടിമറിക്കപ്പെടുമോ എന്ന് അവർ ഭയന്നു.

കേരളത്തിലെ വലതുപക്ഷത്തിന്റെ പിന്തുണയോടെ തങ്ങൾക്കനുകൂലമായ വിധി സമ്പാദനത്തിനുവേണ്ടി അവർ കോടതി കയറിയിറങ്ങി. എങ്കിലും ഒരു പരിധിവരെ വിദ്യാഭ്യാസരംഗത്ത് സാമൂഹിക നീതി നടപ്പാക്കാൻ എൽ ഡി എഫ് സർക്കാരിന് കഴിഞ്ഞു. 2011 ൽ യു ഡി എഫ് സർക്കാർ അധികാരത്തിലെത്തിയതോടെ വീണ്ടും കച്ചവടലോബികൾ മാളത്തിൽ നിന്നും പുറത്തുവന്നു. കോഴയും തലവരിയും അങ്ങാടിപ്പാട്ടായി. 50 ലക്ഷം വരെ മെഡിക്കൽ പ്രവേശനത്തിന് തലവരി ഈടാക്കൽ വ്യാപകമായി. ഇന്ത്യൻ യാഥാർത്ഥ്യങ്ങൾ ഇതിലും വലുതാണ്. ഈ പശ്ചാത്തലത്തിൽ വേണം പുതിയ സാഹചര്യത്തെ വിലയിരുത്താൻ. വ്യാപകമായ അഴിമതിയും തലവരി പിരിച്ചെടുക്കലും തടയാൻ പാർലമെന്റ് നിയമം പാസാക്കണമെന്ന് ഇപ്പോൾ കോടതി നിർദ്ദേശിച്ചു. സ്വയംഭരണം നല്കി സ്വാശ്രയ സ്ഥാപനങ്ങളെ സഹായിക്കുന്ന കേന്ദ്രനയം നീതിരഹിതമായ കീഴ്വഴക്കങ്ങളും നിയമലംഘനവും തഴച്ചുവളരാനിടയാക്കി. തലവരി നിരോധന നിയമമുള്ള കേരളം, കർണ്ണാടകം, ആന്ധ്രാപ്രദേശ്, ഡൽഹി, മഹാരാഷ്ട്ര തുടങ്ങിയ സംസ്ഥാനങ്ങളുടെ സാഹചര്യത്തെയും പേരെടുത്ത് സുപ്രീംകോടതി വിലയിരുത്തി. ഈ നിയമങ്ങളെ ലംഘിക്കുന്നുണ്ടെന്നും അവയെല്ലാം ദുർബ്ബലമാണെന്നും സൂചിപ്പിച്ചു. തുച്ഛമായ പിഴ ഒടുക്കി രക്ഷപ്പെടുകയാണ് നിയമലംഘകർ. പാവപ്പെട്ടവരും മിടുക്കരുമായ വിദ്യാർത്ഥികൾക്കുമുന്നിൽ പ്രവേശനം നിഷേധിക്കുന്ന സ്ഥാപനങ്ങൾ, ആ നിലപാട് അവസാനിപ്പിക്കണമെന്നും കോടതി നിർദ്ദേശിച്ചു. സ്വാശ്രയ സ്ഥാപനങ്ങൾ ധനകാര്യ സ്ഥാപനങ്ങളായി മാറിയെന്നും വിദ്യാഭ്യാസ നിലവാരം തകർന്നുവെന്നും കോടതി പറഞ്ഞു. കേന്ദ്ര നിയമനിർമ്മാണം ഉണ്ടാവണം. തലവരിപ്പണം സ്വീകരിക്കാനോ അതുവഴി ലാഭമുണ്ടാക്കാനോ പാടില്ലെന്ന സുപ്രീംകോടതി വിധി ലംഘിക്കപ്പെടുന്നു. ഇതിനു മുന്നിൽ കണ്ണടയ്ക്കാനാവില്ല. സി ബി ഐ വെളിപ്പെടുത്തൽ സ്വാശ്രയരംഗത്തെ ദയനീയ സാഹചര്യം പുറത്തുകൊണ്ടുവന്നു. ഇതിൽ അടിയന്തിര പരിഹാരമുണ്ടാവണം. മുൻ ആരോഗ്യമന്ത്രി അൻപുമണി രംദാസിനെതിരെയുള്ള സി ബി ഐ യുടെ കുറ്റപ്പെടുത്തലുകൾ വിദ്യാഭ്യാസരംഗം ദുഷിച്ചതിന് തെളിവാണെന്നും കോടതി കൂട്ടിച്ചേർത്തു. കൂടുതൽ ഡോക്ടർമാരും കൂടുതൽ സൗകര്യവും ഉണ്ടാകുമെന്ന വ്യാമോഹം

നല്കിയാണ് രാജ്യത്തെ ആരോഗ്യ വിദ്യാഭ്യാസരംഗം സ്വകാര്യലോബിക്ക് തുറന്നുകൊടുത്തത്. ആഗോളവല്ക്കരണകാലത്തെ പുതിയ കാഴ്ചപ്പാടുകൾ വിദ്യാർത്ഥികളെയും രക്ഷകർത്താക്കളെയും സ്വാധീനിച്ചു. അടിസ്ഥാന സൗകര്യങ്ങളില്ലാത്തതും മികവേറിയ അദ്ധ്യാപന-പഠനസൗകര്യങ്ങളില്ലാത്തതുമായ പുതിയ സ്ഥാപനങ്ങൾ മുളച്ചുവന്നു. നിയമവിരുദ്ധ ചെയ്തികൾക്കെതിരെ നടപടിയുണ്ടായില്ല. തുടർന്ന് കോടികളുടെ 'വ്യവസായമാക്കി' ഇതിനെ മാറ്റിത്തീർക്കാൻ മത്സരമുണ്ടായി. പരീക്ഷാനടത്തിപ്പിലെ സുതാര്യതയില്ലായ്മ, അയോഗ്യരെ പ്രവേശിപ്പിക്കൽ, സംവരണ അട്ടിമറി തുടങ്ങിയവ വ്യാപകമായിട്ടും നടപടിയുണ്ടായില്ല. തങ്ങൾക്ക് സ്വാധീനിക്കാവുന്നതിനപ്പുറമല്ല സ്ഥിതിഗതികളെന്ന് അവർക്കറിയാമായിരുന്നു. കേന്ദ്രസർക്കാർ അവരെ നിലയ്ക്കുനിർത്തിയതുമില്ല. എന്നാൽ ഇപ്പോൾ പുറത്തുവന്ന സുപ്രീംകോടതി വിധിയിലെ നിരീക്ഷണങ്ങളെല്ലാംതന്നെ കച്ചവടലോബിയുടെ ചങ്ക് കലക്കുന്നതാണ്. കേന്ദ്രസർക്കാർ അടിയന്തിരമായി സ്വാശ്രയ സ്ഥാപനങ്ങളെ നിയന്ത്രിക്കാൻ നിയമനിർമ്മാണം നടത്തണം. അക്കാദമിക സമൂഹം ദീർഘകാലമായി ഉന്നയിക്കുന്ന ഈ ആവശ്യത്തിന് ഏറെ പ്രസക്തിയുണ്ടെന്നാണ് സുപ്രീംകോടതി വിധിയോടെ തെളിയിക്കപ്പെട്ടിരിക്കുന്നത്.

# വിദ്യാഭ്യാസം വിമോചനത്തിന്

**ആ**മുഖം ആവശ്യമില്ലാത്ത ജനനേതാവും അതുല്യ പ്രതിഭയുമാണ് ഇ എം എസ്. മാർക്സിസ്റ്റ് ലെനിനിസ്റ്റ് സമീപനത്തിൽ നിന്നുകൊണ്ട് വർത്തമാനകാല പ്രശ്നങ്ങളെ വിശകലനം ചെയ്യുന്നതിൽ അപാരമായ ശേഷി അദ്ദേഹത്തിനുണ്ടായിരുന്നു. സാമൂഹ്യ രാഷ്ട്രീയ വിഷയങ്ങളെപ്പറ്റി ഇത്ര മാത്രം എഴുതിയിട്ടുള്ള മറ്റൊരാൾ നമ്മുടെ രാജ്യത്തുണ്ടാവില്ല. രാഷ്ട്രീയ നേതാവ്, പാർലമെന്റേറിയൻ, സാഹിത്യ-സാംസ്കാരിക ചിന്തകൻ, കമ്യൂണിസ്റ്റ് സൈദ്ധാന്തികൻ തുടങ്ങിയ നിലകളിൽ തിരക്കേറിയ സാമൂഹ്യ ജീവിതം നയിക്കുമ്പോൾത്തന്നെ വിദ്യാഭ്യാസരംഗത്തെക്കുറിച്ച് ശ്രദ്ധേയമായ ആലോചനകൾ അദ്ദേഹം പങ്കുവച്ചു. വിദ്യാർത്ഥികളുടെ രാഷ്ട്രീയ പ്രവർത്തനവും പഠിപ്പ് മുടക്ക് ഉൾപ്പെടെയുള്ള പ്രതിഷേധവുമാണ് വിദ്യാഭ്യാസരംഗത്തെ ദോഷപ്പെടുത്തുന്നതെന്ന അഭിപ്രായത്തോട് ഇ എം എസ് ഇപ്രകാരം പ്രതികരിച്ചു;

> വിദ്യാർത്ഥിരാഷ്ട്രീയവും അതുമായി ബന്ധപ്പെട്ട തിരഞ്ഞെടുപ്പ് പഠിപ്പ് മുടക്കം തുടങ്ങിയ കാര്യങ്ങളുമാണ് വിദ്യാഭ്യാസപരമായ നമ്മുടെ പിന്നോക്കാവസ്ഥയ്ക്ക് കാരണമെന്ന വാദം അടിസ്ഥാന രഹിതമാണ്. വിദ്യാഭ്യാസ മേഖലയാകെ സ്വകാര്യ മാനേജ്മെന്റുകൾക്ക് തീറെഴുതിക്കൊടുക്കുന്ന ഗവൺമെന്റിന്റെ നയം, സാംസ്കാരിക പുരോഗതിയും തൊഴിൽ പരിശീലനവും കൂട്ടിയിണക്കി. വിദ്യാർത്ഥികളെയും വിദ്യാർത്ഥിനികളെയും ഭാവി ജീവിതത്തിന് തയ്യാറെടുപ്പിക്കുന്നതിനു പകരം അവരെ പുസ്തകപ്പുഴുക്കളാക്കുന്ന അദ്ധ്യാപനരീതി, കൂട്ടായി പ്രവർത്തിച്ച് വ്യക്തിപരമായ കഴിവ് വർദ്ധിപ്പിക്കാനുതകുന്ന വിദ്യാർത്ഥി സംഘടനകളോടുള്ള ശത്രുതാ മനോഭാവം മുതലായവയാണ് നമ്മുടെ വിദ്യാഭ്യാസ

> സമ്പ്രദായത്തെ വികലമാക്കിയിട്ടുള്ളത്...
>
> രണ്ടുതരം വിദ്യാഭ്യാസരീതി ഇന്ന് നിലവിലുണ്ടെന്നത് നേരാണ്. അത് അവസാനിപ്പിക്കാനുള്ള മാർഗ്ഗം വിദ്യാലയങ്ങളിലെ തിരഞ്ഞെടുപ്പ് ഇല്ലാതാക്കുകയും പഠിപ്പ് മുടക്ക് നിരോധിക്കുകയുമല്ല. പണക്കാർക്ക് മാത്രം പ്രയോജനം ചെയ്യുന്ന ഒരു വിദ്യാഭ്യാസ രീതി ഏർപ്പെടുത്താൻ വിദ്യാഭ്യാസ കച്ചവടക്കാരെ അനുവദിക്കാതിരിക്കലാണ്...

സാമൂഹ്യ വ്യവസ്ഥയെ മാറ്റുന്നതിൽ വിദ്യാർത്ഥികൾക്ക് വലിയ പങ്കുണ്ടെന്ന് ഇ എം എസ് ഉറച്ചുവിശ്വസിക്കുന്നു. വിദ്യാർത്ഥികൾ പഠിപ്പ് പൂർത്തിയാക്കി ജയിച്ചാൽ ആരുടെയെങ്കിലും കാല്ക്കൽ വീണാൽ ചിലർക്ക് ഒരു ജോലി കിട്ടിയെന്നുവരാം. എന്നാൽ പൊതുവേ ഈ തലമുറയ്ക്കൊക്കെയും ജോലി ലഭിക്കണമെങ്കിൽ ഇന്നത്തെ സാമൂഹ്യ വ്യവസ്ഥതന്നെ തകരണം എന്നാണ് അദ്ദേഹം അഭിപ്രായപ്പെട്ടത്. സാമൂഹ്യ വ്യവസ്ഥയെ തകർക്കാനുള്ള വർഗ്ഗം വളർന്നു വരുന്നതായും ചൂഷകർ തങ്ങൾ അറിയാതെ തന്നെ തങ്ങളുടെ ശവക്കുഴി തോണ്ടുകയാണ് എന്നും നിരീക്ഷിക്കുന്നു. ഒരു പുതിയ സാമൂഹ്യ വ്യവസ്ഥ നേടിയെടുക്കാൻ തൊഴിലാളികളുടെയും കർഷകരുടെയും ഒപ്പം രംഗത്തിറങ്ങാൻ വിദ്യാർത്ഥി സമൂഹത്തിനു കഴിയണം. വിദ്യാർത്ഥികൾ പരീക്ഷ പാസാവാനായി നന്നായി പഠിക്കണം. അതെസമയം ജീവിത പരീക്ഷയെ നേരിടാനും പഠിക്കണം. വിദ്യാർത്ഥികളുടെ ദൈനംദിന പ്രശ്നങ്ങൾക്കായി എന്ത് ഒത്തുതീർപ്പ് ഉണ്ടാക്കിയാലും വിദ്യാർത്ഥികളുടെ പ്രഥമമായ കടമ ഇന്നത്തെ സമൂഹത്തെ ഉടച്ചുവാർക്കലാണ് എന്ന് അദ്ദേഹം അടിവരയിടുന്നുണ്ട്. വിദ്യാർത്ഥി സമരങ്ങളെ അടച്ചാക്ഷേപിക്കുന്നവർക്ക് ഇ എം എസിന്റെ വാക്കുകൾ മറുപടിയാണ്.

കേരളത്തിലെ യു ഡി എഫ് സർക്കാർ ഇപ്പോൾ വിദ്യാഭ്യാസരംഗം സമ്പൂർണ്ണമായും കച്ചവടവല്ക്കരിക്കുകയാണ്. സ്കൂൾതലം മുതൽ ഉന്നത വിദ്യാഭ്യാസരംഗം വരെ തകർക്കുന്നു. സർവ്വകലാശാലകളുടെ പേരും പെരുമയും നിരന്തരം അപമാനിക്കപ്പെടുന്നു. പ്രൊഫഷണൽ രംഗത്തെ സാമൂഹ്യ നീതിയും സംവരണവും കുരിശേറ്റപ്പെടുന്നു. ഇതിനെല്ലാമെതിരെ വിദ്യാർത്ഥികൾ പൊരുതിക്കൊണ്ടിരിക്കുകയാണ്. അക്കാദമിക സമൂഹത്തിന്റെയാകെ പിന്തുണ ഇതിനുണ്ട്. ഇനിയും ശക്തിമത്തായ സമരമാണ് ഉയർന്നുവരേണ്ടത്. എന്നാൽ എസ് എഫ് ഐ സമരങ്ങളവസാനിപ്പിച്ചു എന്ന മട്ടിലാണ് ചില മാദ്ധ്യമങ്ങൾ വാർത്തകൾ പ്രചരിപ്പിക്കുന്നത്. ഇന്നലെവരെ വിദ്യാർത്ഥികൾ നടത്തിയ സമരങ്ങളെല്ലാം അനാവശ്യമായിരുന്നു എന്ന് കണ്ടെത്തിയവരുമുണ്ട്. അവരുടെയെല്ലാം ചരിത്രബോധം നമ്മെ അമ്പരപ്പിക്കുന്നു. സ്വകാര്യവല്ക്കരണത്തിലൂടെ വിദ്യാഭ്യാസ ഗുണനിലവാരം ഇടിഞ്ഞതിന്റെയും വിദ്യാഭ്യാസ കച്ചവടത്തിലൂടെ സൃഷ്ടിക്കപ്പെട്ട ദുരന്തത്തിന്റെയും സത്യസന്ധമായ പരിശോധന നടത്തുകയാണെങ്കിൽ അതിനെതിരെ എപ്പോഴുമുയർന്നിട്ടുള്ള സാമൂഹ്യ പ്രതിരോധത്തിന്റെ

പാരാമീറ്റർ എസ് എഫ് ഐ നടത്തിയ സമരങ്ങൾ തന്നെയാണ്. വിദ്യാർത്ഥികളുടെ പ്രതികരണത്തിലൂടെയാണ് പൊതുസമൂഹത്തിന്റെ ശ്രദ്ധയിലേക്ക് പല പ്രശ്നങ്ങളും കടന്നുവരുന്നത്.

നിവേദനം സമർപ്പിക്കൽ, ധർണ്ണ, പ്രകടനം, സത്യഗ്രഹം, നിരാഹാരം തുടങ്ങിയ സമരരീതികളും വായനാ സമരം പോലുള്ള ഇടപെടലുകളും എസ് എഫ് ഐ സംഘടിപ്പിക്കാറുണ്ട്. സാമൂഹ്യനീതി പരസ്യമായി തൂക്കിലേറ്റപ്പെടുമ്പോൾ പ്രശ്നത്തിന്റെ ഗൗരവമനുസരിച്ച് പഠിപ്പ് മുടക്ക് സമരങ്ങളും സംഘടിപ്പിക്കാറുണ്ട്. അനിവാര്യമായ സന്ദർഭത്തിലല്ലാതെയുള്ള പഠിപ്പ്മുടക്ക് സമരത്തെ പ്രോത്സാഹിപ്പിക്കുകയില്ല എന്നതാണ് എസ് എഫ് ഐ നിലപാട്. എന്നാൽ പഠിപ്പ് മുടക്ക് സമരം ഉപേക്ഷിക്കാൻ സംഘടനയുടെ ഒരു ഘടകവും തീരുമാനിച്ചിട്ടില്ല. അതിനുള്ള സാഹചര്യവും ഇപ്പോഴില്ല. പാവപ്പെട്ട കുട്ടികൾ വിദ്യാഭ്യാസരംഗത്ത് നിന്ന് ആട്ടിയിറക്കപ്പെടുന്നതിനെതിരെയുള്ള പ്രക്ഷോഭം ശക്തിപ്പെടുത്തുന്നതിനെപ്പറ്റിയാണ് നാം ചർച്ച ചെയ്യേണ്ടത്. സമരങ്ങൾ ദുർബ്ബലപ്പെട്ടാൽ ആത്യന്തികമായി ഗുണം ചെയ്യുക വിദ്യാഭ്യാസക്കച്ചവടക്കാർക്കും അവർക്ക് മുന്നിൽ ദാസ്യപ്പണി ചെയ്യുന്ന ഭരണകൂടത്തിനുമാണ്.

ഇന്നലെകളിൽ വിദ്യാർത്ഥി സമൂഹം നടത്തിയ ഉജ്ജ്വലമായ സമരങ്ങളാണ് വിദ്യാഭ്യാസ രംഗത്തെ അവശേഷിക്കുന്ന സാമൂഹ്യനീതിക്ക് നിദാനം. സ്വാതന്ത്ര്യസമരകാലയളവിലും ധീരോദാത്തമായ വിദ്യാർത്ഥി സമരങ്ങൾ ഉയർന്നുവന്നിട്ടുണ്ട്. ക്ലാസ് ബഹിഷ്ക്കരിച്ചും സ്വാതന്ത്ര്യ സമരത്തിൽ പങ്കെടുക്കാൻ ഗാന്ധിജിയെപ്പോലുള്ളവർ വിദ്യാർത്ഥികളെ പ്രേരിപ്പിച്ചു. ബ്രിട്ടീഷ് ഭരണത്തിൻ കീഴിൽ വിനീത വിധേയരായി എല്ലാം സഹിച്ച് അടിമകളെപ്പോലെ കഴിഞ്ഞവർ ചരിത്രത്തിന്റെ ചവറ്റുകുട്ടയിൽ മാത്രം എത്തപ്പെട്ടു. സ്വജീവിതവും സ്വപ്നങ്ങളും ഒരു മഹത്തായ ലക്ഷ്യത്തിനുവേണ്ടി സമർപ്പിച്ചവരോ ജനകോടികളുടെ ഹൃദയത്തിലും. അടിയന്തരാവസ്ഥയ്ക്കെതിരെ പൊരുതിയവരാണ് വിദ്യാർത്ഥികൾ. മണ്ണാർക്കാട്ടെ എസ് എഫ് ഐ നേതാവ് മുഹമ്മദ് മുസ്തഫ ഉൾപ്പെടെയുള്ളവർ അടിയന്തരാവസ്ഥ ഭീകരതയുടെ ഇരകളായി രക്തസാക്ഷ്യം വരിച്ചു. അടിയന്തരാവസ്ഥ വിരുദ്ധ സമരം ശരിയായിരുന്നുവെന്നു കാലം തെളിയിച്ചില്ലേ? 1990 നുശേഷം രൂപപ്പെട്ട പുതിയ സാമ്പത്തിക നയങ്ങളും വിദ്യാഭ്യാസത്തെ വിപണിയിലെത്തിച്ച ഭരണകൂടവും സ്വകാര്യസ്വാശ്രയ മാനേജ്മെന്റ് ധിക്കാരങ്ങളും വലിയ പ്രതിഷേധത്തിന് വഴിവച്ചു. കേരളത്തിൽ ഉൾപ്പെടെ സമാനതകളില്ലാത്ത സമരങ്ങൾ നടന്നു. വിദ്യാർത്ഥികൾ ക്ലാസ് മുറിയിലും ക്ലാസ് മുറി വിട്ടിറങ്ങിയും പ്രതിഷേധ ജ്വാലകൾക്ക് ചൂടുപകർന്നു. സമരങ്ങളിൽ കനത്ത യാതന സഹിച്ചവരുണ്ട്. ശരീരമാസകലം ഭീകര മർദ്ദനത്തിന്റെ വടുക്കളുമായി ജീവിക്കുന്നവരുണ്ട്. കാരാഗൃഹവാസത്തിനു വിധിക്കപ്പെട്ടവരുണ്ട്. ഭൂതകാലത്തിലെ ത്യാഗപൂർണ്ണമായ ഒരു സമരത്തെയും നമുക്ക് തള്ളിപ്പറയാനാവില്ല. അവകാശങ്ങൾ സംരക്ഷിക്കാനുള്ള സമരങ്ങളിൽ ഭൂരിപക്ഷവും വിജയം കണ്ടപ്പോൾ ലക്ഷക്കണക്കിന് കുട്ടികൾക്കാണ് അതിന്റെ ഗുണഫലം കിട്ടിയത്. വിദ്യാഭ്യാസരംഗത്ത് തീവെട്ടിക്കൊള്ള നടക്കുമ്പോഴും ഭരണകൂടത്തിന്റെ വിക

ലമായ നയങ്ങൾ ക്രൂരമായി അടിച്ചേല്പിക്കപ്പെടുമ്പോഴും ക്ലാസ് ബഹിഷ്ക്കരണം ഉൾപ്പെടെയുള്ള സമരമാർഗ്ഗങ്ങൾ സ്വീകരിക്കയാണ് രീതി. ഒരു വിദ്യാർത്ഥി പഠിപ്പ് മുടക്ക് സമരം നടത്തുന്നത് 'പഠിപ്പ് മുടക്കി രസി'ക്കാനല്ല. ഏറ്റവും വിലപിടിപ്പുള്ള തന്റെ പഠനത്തെ ഒരു ദിവസത്തേക്ക് ത്യജിച്ചുകൊണ്ട് താനുൾപ്പെടുന്ന വിദ്യാർത്ഥി സമൂഹത്തിനു വേണ്ടി ഭരണകൂടത്തിന്റെ വികലമായ നയങ്ങൾ മൂലം മഹാഭൂരിപക്ഷത്തിന്റെ ഭാവി പഠനം മുടങ്ങാതിരിക്കുന്നതിനുവേണ്ടി രംഗത്തിറങ്ങുകയാണ്. വിദ്യാർത്ഥി സംഘടനകളുടെ ദുഷ്ട ബുദ്ധി കൊണ്ടാണ് സമരം നടക്കുന്നതെന്ന് സംഘടനകളുടെ ദുഷ്ട ബുദ്ധികൊണ്ടാണ് സമരം നടക്കുന്നതെന്ന് പ്രചരിപ്പിക്കുന്നതും ശരിയല്ല. വിദ്യാർത്ഥി സമരങ്ങൾക്ക് മൂലകാരണങ്ങളുണ്ട്. ആ കാരണങ്ങൾ ഭരണകൂടമാണ് സൃഷ്ടിക്കുന്നത്. ഭീമമായ ഫീസ് വർദ്ധനവ്, ഫെലോഷിപ്പ്, സ്കോളർഷിപ്പ്, പാഠപുസ്തകങ്ങൾ എന്നിവ കിട്ടാതിരിക്കുക. ലക്ഷങ്ങൾ തലവരി ചുമത്തുക, പൊതു സ്ഥാപനങ്ങളെ തകർക്കുക, സംവരണ മെറിറ്റ് സീറ്റുകൾ കച്ചവടം ചെയ്യാൻ അനുവദിക്കുക എന്നിവയിലൂടെ പാവപ്പെട്ട വിദ്യാർത്ഥികളുടെ പഠനം മുടക്കുന്നത് ഭരണകൂടമാണ്. ഭരണകൂടത്തിന്റെ നെറികെട്ട നയങ്ങൾ മാറാതെ വിദ്യാർത്ഥികളുടെ സമര മുറയെ കുറ്റംപറയുന്നതിൽ എന്ത് അർത്ഥമാണുള്ളത്. വിമർശനങ്ങളെ തുറന്ന മനസ്സോടെ ഞങ്ങൾ സ്വാഗതം ചെയ്യുന്നു... എന്നാൽ, വിദ്യാർത്ഥികളുടെ എല്ലാ പ്രശ്നങ്ങളും പരിഹരിക്കപ്പെടുകയും എല്ലാവർക്കും തൊഴിൽ ലഭ്യതയുണ്ടാവുകയും ചെയ്യുന്ന സാഹചര്യമല്ല ഇപ്പോഴുള്ളത്.. കാലം മാറിയെന്നും സമരങ്ങളുടെ പ്രസക്തി നഷ്ടപ്പെട്ടെന്നും പ്രചരിപ്പിക്കപ്പെടുന്നുണ്ട്.. കാലം മാറിയിട്ടുണ്ട്.. സ്വാതന്ത്ര്യം കിട്ടി.. പക്ഷേ, രാജ്യത്തെ പാവപ്പെട്ടവരുടെ അവസ്ഥ കഴിഞ്ഞ അറുപതുകൊല്ലം കൊണ്ട് എത്ര മാത്രമാണ് മാറിയത്? കേരളത്തിൽ ഇപ്പോഴും പ്രൊഫഷണൽ കോഴ്സിനു ചേരാൻ എത്രയാണ് ഫീസ് മുടക്കേണ്ടി വരുന്നത്. രജനി, ഫാസില, അമ്പാടി, വേളാങ്കണ്ണി ഇവരെല്ലാം മരിച്ചത് എന്തിനാണ്? കാലം മാറി; പക്ഷേ, പുതിയ പ്രശ്നങ്ങൾ മാറിയ കാലത്തെ മർദ്ദിച്ച് അവശനാക്കിയിരിക്കുന്നു. മാറിയ കാലത്തെ അഭിസംബോധന ചെയ്യേണ്ടതുണ്ട്. ഒളിക്യാമറകണ്ണുമായി പെണ്ണിന്റെ മാനത്തിന് വില പറയുന്ന സ്വാശ്രയ മാനേജർമാർ ഇന്റേണൽ പീഡനത്തിന്റെ നാറിയ കഥകൾ... വർഷാവർഷം ഭീമമായ ഫീസ് വർദ്ധനവ് നടപ്പാക്കുന്ന സ്വകാര്യ സ്ഥാപനങ്ങൾ.... പാവപ്പെട്ട കുട്ടകളുടെ യാത്രാസൗജന്യം എടുത്തു കളയാൻ ശ്രമിക്കുന്ന മുതലാളിമാർ... സർക്കാർ കോളേജുകളിലെ പാവപ്പെട്ടവർക്ക് അർഹതപ്പെട്ട സീറ്റുകളും എൻ ആർ ഐ  സമ്പന്നരുടെ മക്കൾക്ക് വീതം വയ്ക്കുന്ന സാഹചര്യം... ഇതൊക്കെയും മാറിയ കാലത്തിന്റെ സംഭാവനയാണ്. സ്കൂൾ വിദ്യാഭ്യാസം മുതൽ പ്രൊഫഷണൽ ഉന്നത വിദ്യാഭ്യാസ രംഗം വരെ കച്ചവടവല്ക്കരിക്കപ്പെടുന്ന കേരളീയ സാഹചര്യത്തെ നിസ്സംഗതയോടെ കാണാനാവില്ല. 2012 ൽ കേരള ഹൈക്കോടതിയും 2013 ന് സുപ്രീംകോടതിയും വ്യത്യസ്ത കേസുകൾ പരിഗണിച്ചപ്പോൾ അതിരൂക്ഷമായ ഭാഷയിലാണ് സ്വാശ്രയ വിദ്യാഭ്യാസക്കച്ചവടത്തെ വിമർശിച്ചത്. മെഡിക്കൽ വിദ്യാഭ്യാ

സക്കൊള്ള തടയാൻ നിലവിലുള്ള സംവിധാനങ്ങളെല്ലാം പരാജയപ്പെട്ടെന്നും കേന്ദ്രം നിയമനിർമ്മാണം നടത്തണമെന്നും സുപ്രീംകോടതി നിർദ്ദേശിച്ചു. കേരളത്തിൽ പ്രവർത്തിക്കുന്ന നിലവാരമില്ലാത്ത നിരവധി സ്വാശ്രയ എഞ്ചിനീയറിങ് കോളേജുകൾ അടച്ചു പൂട്ടണമെന്ന് നിർദ്ദേശിച്ചത് ഹൈക്കോടതിയാണ്. സർവ്വകലാശാല വൈസ് ചാൻസലർ പദവി വരെ ലേലത്തിനു വയ്ക്കുന്ന സർക്കാർ നയം.. കോടികൾ തലവരി ചുമത്തി നൂറു ശതമാനം സീറ്റുകളിലും തന്നിഷ്ടപ്രകാരം പ്രവേശനം നടത്തുന്ന മെഡിക്കൽ മാനേജ്മെന്റുകൾ.. റാങ്ക് ലിസ്റ്റിൽ ഉയർന്ന മാർക്കുണ്ടായിട്ടും ആട്ടിയിറക്കപ്പെടുന്ന ജനറൽ, മെറിറ്റ്, പട്ടിക ജാതി വർഗ്ഗ പിന്നോക്ക വിദ്യാർത്ഥികളുടെ രോദനങ്ങൾ? അട്ടക്കുളങ്ങര സ്കൂൾ മുതൽ എത്രയോ വിദ്യാലയങ്ങൾക്ക് സർക്കാർ എഴുതി വച്ച ചരമക്കുറിപ്പുകൾ... നിലവാരമില്ലാത്ത സ്വാശ്രയ എഞ്ചിനീയറിങ് കോളേജുകൾ അടച്ചുപൂട്ടണമെന്ന ഹൈക്കോടതിയുടെ അഭിപ്രായത്തെപ്പോലും അവഗണിച്ചുകൊണ്ട്, വീണ്ടും വീണ്ടും നിലവാരമില്ലാത്ത എഞ്ചിനീയറിങ് കോളേജുകൾ അനുവദിക്കുന്ന ഭരണാധികാരികൾ... അന്തസ്സുള്ള സർക്കാർ കോളേജുകളെയും പൊതുസ്ഥാപനങ്ങളായ എയ്ഡഡ് കോളേജുകളെയും സ്വയംഭരണത്തിലൂടെ സ്വാശ്രയ  കോളേജുകളാക്കി തകർക്കാനുള്ള ഗൂഢനീക്കം... തൊഴിലുറപ്പ് പദ്ധതിക്ക് ലഭിക്കുന്ന കൂലിയേക്കാൾ, കുറഞ്ഞ നിലയിൽ ഫെലോഷിപ്പുകൾ വാങ്ങേണ്ടിവരുന്ന സർവ്വകലാശാല ഗവേഷകരുടെ ആകുലതകൾ, മുടങ്ങിക്കിടക്കുന്ന സ്കോളർഷിപ്പുകൾ... വിദ്യാഭ്യാസ വായ്പയുടെ പേരിൽ ആത്മഹത്യയുടെ പടിവാതിലിൽ എത്തപ്പെട്ട ആയിരക്കണക്കിന് കുട്ടികളുടെ ഓമനത്തമുള്ള മുഖം... സ്വയം മരണം വരിച്ചവരുടെ ഒരിക്കലും മായാത്ത സങ്കട ഹർജി... നല്ല തൊഴിൽ മോഹിച്ച് പഠിച്ച് ഒടുവിൽ തുച്ഛ ശമ്പളത്തിന് മാടുപോലെ പണിയെടുക്കാൻ വിധിക്കപ്പെടുന്ന പതിനായിരങ്ങൾ... ഇത്തരം അവസ്ഥകളിൽ തൃപ്തരായി സമരങ്ങളെ വലിച്ചെറിയാൻ ഞങ്ങൾക്കാവില്ല... പഠനത്തോടൊപ്പം അനീതികളെ ചോദ്യം ചെയ്യാൻ വിദ്യാർത്ഥികൾക്ക് ബാദ്ധ്യതയുണ്ട്. യഥാർത്ഥ വിദ്യാഭ്യാസം അതാണ്. പ്രതികരണ ശേഷി വിറ്റുകിട്ടുന്ന ബിരുദ സർട്ടിഫിക്കറ്റിനു അടിമത്തത്തിന്റെ മണമുണ്ടാവും. അനാവശ്യസന്ദർഭങ്ങളിലുള്ള പഠിപ്പ് മുടക്കിനെ പ്രോത്സാഹിപ്പിക്കില്ലെന്നു വളരെ മുൻപേ എസ് എഫ് ഐ പ്രഖ്യാപിച്ചിട്ടുണ്ട്. പുതിയ ഒരു തീരുമാനവുമല്ല ഇത്. മറ്റ് വിദ്യാർത്ഥി സംഘടനകൾക്കും ഇത് മാതൃകയാക്കാം. സർക്കാർ നയം മൂലം തകരുന്ന പൊതു വിദ്യാലയങ്ങളെ ഏറ്റെടുത്ത്, സാമൂഹികവും സാമ്പത്തികവുമായ സഹായങ്ങൾ നല്കിക്കൊണ്ട് അവയെ സംരക്ഷിക്കുന്ന സാംസ്കാരിക സമര മാതൃകകളും എസ് എഫ് ഐ അവതരിപ്പിക്കുന്നു. പാലക്കാട്ടും കോഴിക്കോട്ടും ഇത്തരം ഇടപെടലുകൾ ശ്രദ്ധേയമാണ്. വിദ്യാഭ്യാസ കച്ചവടത്തിന്റെ നാളുകളിൽ മെറിറ്റും സാമൂഹ്യ നീതിയും അട്ടിമറിക്കപ്പെടുമ്പോൾ വീട്ടിലിരുന്ന് ടോം ആന്റ് ജെറി കണ്ട് രസിക്കാൻ വിദ്യാർത്ഥിക്കാവില്ല. സമരങ്ങൾ അവസാനിക്കുകയുമില്ല.

# ഉന്നത വിദ്യാഭ്യാസരംഗത്ത് വേണം സാമൂഹ്യനീതിയും പുരോഗതിയും

**ഓ**രോ പുതുവർഷത്തിലും ഉന്നതവിദ്യാഭ്യാസ രംഗത്ത് ഉണ്ടാവേണ്ട മാറ്റങ്ങളെക്കുറിച്ച് വിപുലമായ ചർച്ചയാണ് നടക്കുക. ഇത്തവണ സർവ്വകലാശാലകളെ ധനപരമായ പ്രതിസന്ധിയിലേക്ക് നയിക്കുന്ന സർക്കാർ നയം പ്രത്യേകമായി കാണേണ്ടതുണ്ട്. പ്ലാൻ ഫണ്ട് തടഞ്ഞുവച്ചും പുതിയ നിയമനങ്ങൾക്ക് അനുമതി നല്കാതെയും സർവ്വകലാശാലകളെ വീർപ്പുമുട്ടിക്കുന്നത് പ്രതിഷേധാർഹമാണ്. സർക്കാർ നയം തിരുത്തിക്കാനുള്ള ഇടപെടലാണ് ആവശ്യം. അക്കാദമിക് സമൂഹത്തിന്റെ ഐക്യത്തോടെയുള്ള സമരങ്ങളാണ് ഉയർന്നുവരേണ്ടത്. പൊതു ഉടമസ്ഥതയിൽ പ്രവർത്തിക്കുന്ന സ്ഥാപനങ്ങളെ സംരക്ഷിക്കാൻ, കക്ഷി രാഷ്ട്രീയത്തിനതീതമായി ഏവർക്കും ബാദ്ധ്യതയുണ്ട്. എന്നാൽ ഈ വിഷയത്തിൽ കേരള വെറ്റിനറി ആന്റ് ആനിമൽ സയൻസസ് യൂണിവേഴ്സിറ്റി വി സി മുന്നോട്ടു വയ്ക്കുന്ന ബദലുകൾ ഉന്നത വിദ്യാഭ്യാസ രംഗത്തെ സ്വകാര്യവല്ക്കരണത്തിനു ആക്കം കൂട്ടുന്നതാണ്. ഇത് സഹായിക്കുക സാധാരണക്കാരെയല്ല വരേണ്യ വിഭാഗത്തെയാണ്. സ്വകാര്യ സർവ്വകലാശാലകളും സ്ഥാപനങ്ങളും ആരംഭിച്ച് സ്റ്റേറ്റിന്റെ ഉന്നതവിദ്യാഭ്യാസരംഗത്തെ കുത്തക അവസാനിപ്പിക്കണമെന്ന വാദവുമുണ്ട്. വിദ്യാഭ്യാസം ഏറ്റവും ലാഭം കിട്ടുന്ന കച്ചവടമായി മാറിയ നവ ഉദാരവത്ക്കരണ കാലത്ത് അവശേഷിക്കുന്ന സാമൂഹ്യ നീതിയെക്കൂടി കഴുത്തു ഞെരിച്ചു കൊല്ലാനായിരിക്കും ഇതിടയാക്കുക. സാമൂഹ്യക്ഷേമ രംഗത്തുനിന്ന് പൂർണ്ണമായി സ്റ്റെയ്റ്റ് പിൻമാറുന്നതോടെ സാമ്പത്തിക/ സാമൂഹ്യ പിന്നോക്കാവസ്ഥ നേരിടുന്ന കുട്ടികൾക്ക് ഏറ്റവും കുറഞ്ഞചെലവിൽ ഏത് സ്ഥാപനത്തിൽ പഠിക്കാനാവും/ മെറിറ്റും സംവരണവും പാലിച്ച് നോട്ടുകെട്ടിന്റെ പിൻബലമില്ലാതെ എല്ലാ വിഭാഗം കുട്ടികളെയും പ്രവേശിപ്പിക്കുന്നത് പൊതു സർവ്വകലാശാലകളും കോളേജുകളുമാണ്.

എ കെ ആന്റണി കുടം തുറന്നു പുറത്തുവിട്ട സ്വാശ്രയലോബി കേരളത്തിന്റെ പ്രൊഫഷണൽ വിദ്യാഭ്യാസരംഗത്ത് ഉണ്ടാക്കിയത് വലിയ പ്രത്യാഘാതമാണ്. ചേരാൻ ആളില്ലാത്ത എൻജിനീയറിങ് കോളേജുകളിലെ സീറ്റുകൾ നിറയ്ക്കാൻ പ്രവേശന പരീക്ഷ അട്ടിമറിക്കുന്ന സ്ഥിതി പോലും രൂപപ്പെട്ടു. തിരിച്ചയയ്ക്കാനുള്ള ലക്ഷങ്ങളുടെ ബാങ്ക് വായ്പ മാത്രം പലർക്കും മിച്ചം. പ്രൊഫഷണൽ രംഗത്തുണ്ടായ ഈ അനുഭവമായിരിക്കും സ്വകാര്യ സർവ്വകലാശാലകൾ വരുന്നതിലൂടെ കേരളത്തിലെ ഉന്നത വിദ്യാഭ്യാസ രംഗത്തും സംഭവിക്കുക. മുൻപ് എൻ ഡി എ സർക്കാരിന്റെ കാലത്ത് അനുവദിച്ച നൂറിലധികം ഡീംഡു സർവ്വകലാശാലകളിൽ ഭൂരിഭാഗവും യാതൊരു നിലവാരവുമില്ലാത്തതാണെന്ന് പില്ക്കാലത്ത് തെളിയിക്കപ്പെട്ടു.

പൊതുപരീക്ഷകൾ അതാതു കോളേജുകൾ തന്നെ നടത്തിയാൽ ഉന്നതവിദ്യാഭ്യാസത്തിന്റെ ഗുണമേന്മ മെച്ചപ്പെടുമെന്ന് ചില 'വിദഗ്ദ്ധർ' കണ്ടെത്തുന്നു. പരീക്ഷകളുടെ വിശ്വാസ്യതയും സുതാര്യതയും ഗുണമേന്മയും ഉറപ്പുവരുത്താൻ സർവ്വകലാശാലകൾക്കാണ് കഴിയുക. അല്ലാത്തപക്ഷം സ്ഥാപന ഉടമയ്ക്ക് ആരാണോ കൂടുതൽ പണം കൊടുക്കുക അവർക്ക് കൂടുതൽ മാർക്ക് കിട്ടും. ചില സ്വാശ്രയ കോളേജുകളിൽ ഉടമസ്ഥരുടെ ഒത്താശയോടെ ഇപ്പോൾ നടക്കുന്ന കൂട്ടകോപ്പിയടി കൂടുതൽ 'പുരോഗമി'ക്കും.. സർവ്വകലാശാല പരീക്ഷ കലണ്ടറുകൾ കൃത്യമായി നടപ്പാക്കിയാൽ വേഗത്തിൽ ഫലപ്രഖ്യാപനം നടത്തിയാൽ പ്രശ്നങ്ങൾക്ക് പരിഹാരമാവും. അല്ലാതെ സ്വന്തമായി പരീക്ഷ നടത്താൻ കോളേജുകളെ അനുവദിച്ചാൽ എലിയെപ്പേടിച്ച് ഇല്ലം ചുടും പോലെയിരിക്കും.

സർവ്വകലാശാല ആക്റ്റും സ്റ്റാറ്റ്യൂട്ടും കാലാനുസൃതമായി പരിഷ്കരിക്കണം. പക്ഷേ, ജനാധിപത്യ ഭരണസമിതികളെ നിരാകരിക്കൽ (ലേഖകൻ ആഗ്രഹിക്കുംപോലെ) ആവരുത് ഉദ്ദേശ്യം. ഏറ്റവും ഉന്നതമായ അക്കാദമിക കാഴ്ചപ്പാടിൽ നിന്നുകൊണ്ട് സർവ്വകലാശാലകളെയും കോളേജുകളെയും നയിക്കാൻ പ്രാപ്തിയുള്ളതും സാമൂഹ്യമായ ഉത്തരവാദിത്വം നിർവ്വഹിക്കാൻ പര്യാപ്തവുമായ നിലയാണ് അവയെ നവീകരിക്കേണ്ടത്. നാടിന്റെ വൈജ്ഞാനിക മണ്ഡലത്തിലും വികസന രംഗത്തും ഇടപെടാൻ സാധിക്കുംവിധമുള്ള നയരൂപീകരണം സാദ്ധ്യമാവണം. അദ്ധ്യാപനം ഗവേഷണം വിജ്ഞാന വ്യാപനം എന്നിവയാണ് സർവ്വകലാശാല വിദ്യാഭ്യാസത്തിന്റെ അടിസ്ഥാന ധർമ്മം. ജനാധിപത്യവല്ക്കരിക്കപ്പെടാത്ത കേവലം ബ്യൂറോക്രാറ്റിക് ഘടനയുള്ള ഭരണസമിതികളിൽ ജനങ്ങൾക്ക് എന്ത് വിശ്വാസമാണ് ഉണ്ടാവുക. സങ്കുചിത താല്പര്യങ്ങളെയാണ് വിമർശിക്കുന്നതെങ്കിൽ രാഷ്ട്രീയ പ്രക്രിയയെ ആകെ ആക്ഷേപിക്കുന്നതും ശരിയല്ല.

വ്യവസായ ഭീമന്മാരെ സർവ്വകലാശാലകളിലെ വിസിറ്റിങ് ഫാക്കൽറ്റിയിൽ ഉൾപ്പെടുത്തിയാൽ ഉന്നതവിദ്യാഭ്യാസത്തിന് എന്ത് നേട്ടമാണ് ലഭി

ക്കുക. സാമൂഹ്യബോധവും പ്രതിബദ്ധതയും പൊതു താല്പര്യവും ഇല്ലാത്ത കച്ചവടക്കണ്ണ് മാത്രമുള്ളവരാണ് ഇവിടെ എത്തുന്നതെങ്കിൽ സംഭവിക്കുന്നത് എന്തായിരിക്കും? (രാജ്യത്തെ അറിയപ്പെടുന്ന സർവ്വകലാശാലയായ ക്യുസാറ്റ്/ സർക്കാർ സ്ഥാപനമായ ഐ എച്ച് ആർ ഡി എന്നിവയുടെ ഭരണ സമിതിയിലേക്ക് ഇൻഡസ്ട്രിയൽ എക്സ്പെർട്ടുകളായി നിയോഗിക്കപ്പെട്ടവരുടെ വൈദഗ്ദ്ധ്യം കേട്ടാൽ മൂക്കത്തു വിരൽ വച്ചു പോവും. അതാണ് കാലം.

ഇപ്പോൾത്തന്നെ 1000ലധികം പോസ്റ്റുകളിൽ ജീവനക്കാരില്ലാതെയാണ് സർവ്വകലാശാലകൾ പ്രവർത്തിക്കുന്നത്. ഇത് അവയുടെ കാര്യക്ഷമതയെ സാരമായി ബാധിക്കുന്നുമുണ്ട്. നൂറുകണക്കിന് അദ്ധ്യാപക ഒഴിവുകളുമുണ്ട്. ഇത് പരിഹരിക്കുകയാണ് പ്രധാനം. സ്ഥാപനങ്ങൾക്ക് പുതുതായി അക്രഡിറ്റേഷൻ റാങ്കിങ് മാനദണ്ഡം ഏർപ്പെടുത്തി മികച്ചവയ്ക്ക് അംഗീകാരം നല്കണമെന്ന വാദമുണ്ട്. ഇത്തരം അസെസ്മെന്റുകൾ സാമൂഹ്യനീതി തുല്യത ഗുണനിലവാരം എന്നിവയെ മുൻനിർത്തിയാവണം. നേരത്തെ നിശ്ചയിച്ചുറപ്പിച്ച വരേണ്യപക്ഷ മാനദണ്ഡമാണെങ്കിൽ ഗ്രാമീണ മേഖല അവഗണിക്കപ്പെടും. അതുകൊണ്ട് തന്നെ പിന്നോക്കാവസ്ഥ നേരിടുന്ന സ്ഥാപനങ്ങളെ നവീകരിക്കലാവണം ലക്ഷ്യം. ജി ഡി പിയുടെ 6 ശതമാനം എങ്കിലും വിദ്യാഭ്യാസത്തിന് മാറ്റിവയ്ക്കണം. അതിൽത്തന്നെ 2 ശതമാനം ഉന്നതവിദ്യാഭ്യാസത്തിന് വേണം. കേന്ദ്ര ബജറ്റിന്റെ 10 ശതമാനവും സംസ്ഥാന ബജറ്റിന്റെ 30 ശതമാനവും തുക വിദ്യാഭ്യാസത്തിന് ആവശ്യമാണ്. ഇതിൽ 35 ശതമാനമെങ്കിലും ഉന്നത വിദ്യാഭ്യാസത്തിനു നല്കണം.

എല്ലാ പൊതു സ്ഥാപനങ്ങൾക്കും ആവശ്യമായ അടിസ്ഥാന സൗകര്യങ്ങളും ധനസഹായവും ഏർപ്പെടുത്തണം. ഭാവിയെ രൂപപ്പെടുത്താനുള്ള ആസൂത്രണവൈഭവവും ചെറിയ കാര്യവുമല്ല.

# സ്വയംഭരണ
# കോളേജുകൾ വരുമ്പോൾ

**കേ**രളത്തിലെ കോളേജുകൾക്കും സ്വയം ഭരണപദവി നല്കിക്കൊണ്ടുള്ള തീരുമാനം പ്രാബല്യത്തിൽ വന്നിരിക്കുന്നു. ഇതിനു മുന്നോടിയായി പ്രൊഫ. എൻ ആർ മാധവൻ മേനോൻ അദ്ധ്യക്ഷനായി സംസ്ഥാന സർക്കാർ നിയോഗിച്ച സമിതിയുടെ റിപ്പോർട്ട് മന്ത്രിസഭ അംഗീകരിച്ചു. തുടർന്ന് യു ജി സി യ്ക്കു മുന്നിൽ 13 കോളേജുകളുടെ പേരുകൾ ചേർത്തുകൊണ്ടുള്ള ശുപാർശ സർക്കാർ നല്കി. ഈ കോളേജുകൾ സന്ദർശിച്ചുകൊണ്ട് സ്വയം ഭരണപദവിയ്ക്കുള്ള തീരുമാനം എടുക്കുകയാണുണ്ടായത്. എന്നാൽ ഈ ഘട്ടത്തിൽ 13 കോളജുകളിലും സ്വയംഭരണപദവിയ്ക്ക് എതിരെയുള്ള പ്രക്ഷോഭം ഉയർന്നുവന്നു. തിരുവനന്തപുരം യൂണിവേഴ്സിറ്റി കോളേജിൽ അദ്ധ്യാപകരും അനദ്ധ്യാപകരും വിദ്യാർത്ഥികളും 48 മണിക്കൂർ നീണ്ട ഉപരോധംവരെ സംഘടിപ്പിക്കുകയുണ്ടായി. 13 ഇടത്തെയും സമരങ്ങൾ ബഹുജനങ്ങളുടെ ശ്രദ്ധയാകർഷിച്ചു. മറ്റ് മാനേജുമെന്റുകൾ സ്വയംഭരണപദവിക്കുള്ള നീക്കങ്ങൾ താല്ക്കാലികമായെങ്കിലും നിർത്തിവച്ചു. എന്നാൽ സ്വയം ഭരണ കോളെജുകൾക്കായുള്ള നിയമനിർമ്മാണം സർക്കാർ നടത്തി. പ്രതിപക്ഷത്തിന്റെ ശക്തമായ പ്രതിഷേധം നിയമസഭയെ പ്രക്ഷുബ്ധമാക്കി. അക്കാദമിക് സമൂഹത്തിന്റെ അഭിപ്രായം തന്നെയാണ് പ്രതിപക്ഷത്തുനിന്നും സഭയിൽ മുഴങ്ങിക്കേട്ടത്. എന്തായാലും ദൂരവ്യാപകഫലങ്ങളാണ് ഉന്നതവിദ്യാഭ്യാസരംഗത്തു സൃഷ്ടിക്കപ്പെടാൻ പോകുന്നത്. അക്കാദമിക സ്വയം ഭരണം എന്നത് ഒരു നല്ല ആശയമാണ്. എന്നാൽ ഇത് ലഭിക്കുന്നത് ആർക്ക്, എവിടെ, സാമൂഹ്യപശ്ചാത്തലം എന്ത്, ലക്ഷ്യം എന്തായിരിക്കും എന്നിങ്ങനെയുള്ള ചോദ്യങ്ങളെ മാറ്റി നിർത്തി ഈ പ്രശ്നത്തെ കാണാനാവില്ല. വിശേഷിച്ച്- വിദ്യാഭ്യാസം ഏറ്റവും മികച്ച കച്ചവടമായി പരിവർത്തനം ചെയ്യപ്പെട്ട ഇക്കാലത്ത്. ഉന്നത വിദ്യാഭ്യാസ രംഗത്ത് ഉണ്ടാവേണ്ട സ്വയം

ഭരണത്തെപ്പറ്റി ഇന്ത്യാ ഗവൺമെന്റിന്റെ മേൽക്കയ്യിൽ രൂപീകരിക്കപ്പെട്ട വിദ്യാഭ്യാസ കമ്മീഷനുകൾ പലതും ചൂണ്ടിക്കാട്ടിയിട്ടുണ്ട്. കേത്താരികമ്മീഷൻ റിപ്പോർട്ടിന്റെ കൂടി പശ്ചാത്തലത്തിൽ - കേരള സർവ്വകലാശാലാ നിയമാവലി രൂപംകൊണ്ടു. ജനാധിപത്യഭരണസമിതി, ജനാധിപത്യപരമായ അക്കാദമിക സമിതികൾ സർവ്വകലാശാല പ്രവർത്തനത്തിന് വേണ്ടിയുള്ള തീരുമാനമെടുക്കുന്നു. പാഠ്യപദ്ധതി, പരീക്ഷാ സംബന്ധമായ പ്രവർത്തനങ്ങൾ, കോഴ്സുകളുടെ സ്വഭാവം എന്നിവയിലെല്ലാം സ്വയം നിർണ്ണയാവകാശവും സ്വയം ഭരണവും സർവ്വകലാശാലയ്ക്ക് ഉണ്ട്. പുറത്തുനിന്നുള്ള ഒരു ശക്തിക്കും ഇതിൽ ഇടപെടാൻ കഴിയില്ല; സംസ്ഥാന സർക്കാരിനുപോലും. സർവ്വകലാശാലയുടെ സ്വയംഭരണം അത്രയധികം സ്വതന്ത്രവും ജനാധിപത്യപരവുമാണ്.

കോത്താരി കമ്മീഷൻ റിപ്പോർട്ടിലും, ദേശീയ വിദ്യാഭ്യാസ പദ്ധതി (1965) അനുസരിച്ചും, ഏഴാം പഞ്ചവത്സരപദ്ധതി മുതലുള്ള യു ജി സി മാർഗ്ഗനിർദ്ദേശങ്ങളിലും സ്വയംഭരണ കോളേജുകൾ പരാമർശവിധേയമാകുന്നു. പാർലമെന്റ് പാസാക്കിയ ഏതെങ്കിലും നിയമത്തിന്റെയോ ഉത്തരവുകളുടെയോ ഇന്ത്യയിലെ എല്ലാ സംസ്ഥാനങ്ങളിലും ഒരുപോലെ സ്വീകരിക്കപ്പെട്ട ഒരു തത്ത്വത്തിന്റെയോ അടിസ്ഥനത്തിലല്ല 'സ്വയം ഭരണ കോളേജുകൾ' കേരളത്തിൽ എത്തിച്ചേർന്നത്. പതിനൊന്നാം പദ്ധതി കാലത്ത് യു ജി സി പുറത്തിറക്കിയ മാർഗ്ഗനിർദ്ദേശരേഖ (Guide line)യുടെ മാത്രം ബലത്തിലാണ് ഇത്തരമൊരു പരിഷ്ക്കാരത്തിലേക്ക് സർക്കാർ ഇറങ്ങിപ്പുറപ്പെട്ടത്. യാതൊരു പഠനവും നടത്താതെ 2012 ലെ സംസ്ഥാന ബജറ്റ് പ്രഖ്യാപനത്തിൽ സ്വയംഭരണ കോളെജുകൾക്ക് വിഹിതം മാറ്റിവെച്ചതായി ധനമന്ത്രി അറിയിച്ചു. പിന്നീടാണ് പഠനം നടക്കുന്നത്. സ്വാഭാവികമായും മുൻവിധിയിൽ അധിഷ്ഠിതമായ ഒരു പഠന റിപ്പോർട്ടാകുമല്ലോ വരിക. യു ജി സി മാർഗ്ഗനിർദ്ദേശരേഖ അവ്യക്തവും സങ്കീർണ്ണത നിറഞ്ഞ നിരീക്ഷണങ്ങൾ ഉൾച്ചേർന്നതും പരസ്പര വിരുദ്ധമായ ആശയങ്ങളുടെ തള്ളിച്ചയുള്ളതും യാഥാർത്ഥ്യബോധത്തോടെയുള്ള സമീപനം ഇല്ലാത്തതും സ്ഥിതിവിവരക്കണക്കുകളുടെ അഭാവം പ്രത്യേകം കാണാൻ സാധിക്കുന്നതുമാണ്. കേരളീയ വിദ്യാഭ്യാസരംഗത്തെ അനുഭവങ്ങൾ പരിശോധിക്കുക പോലും ചെയ്യാതെ ഈ രേഖയുടെ പശ്ചാത്തലത്തിൽ കേരള സംസ്ഥാന ഉന്നത വിദ്യാഭ്യാസ കൗൺസിൽ പ്രൊഫ. എൻ ആർ മാധവമേനോൻ കമ്മിറ്റിയെ ഇതിനായി ചുമതലപ്പെടുത്തി. റിപ്പോർട്ട് മാധവമേനോൻ കമ്മിറ്റി പുറത്തുവരും മുമ്പേ മന്ത്രിസഭ ഇക്കാര്യത്തിൽ നയപരമായ തീരുമാനമെടുത്തു. ഈ തീരുമാനം സ്വയം ഭരണ കോളേജുകൾ അനുവദിക്കാനുള്ളതു തന്നെ. സ്വാഭാവികമായും മന്ത്രിസഭയുടെ നിലപാടിനെ സാധൂകരിക്കും വിധത്തിലാവണമല്ലോ റിപ്പോർട്ട് തയ്യാറാക്കപ്പെടുക. റിപ്പോർട്ട് ആ വിധം പുറത്തുവന്നു (മാധവമേനോൻ കമ്മിറ്റി റിപ്പോർട്ട് ഉന്നതവിദ്യാഭ്യാസ കൗൺസിലിന് സമർപ്പിച്ചത് 2013 ഏപ്രിൽ. ഇത് സർക്കാരിന് കൗൺസിൽ നല്കി

യത് 2013 മെയ്. സംസ്ഥാന സർക്കാർ സ്വയംഭരണകോളേജ് തുടങ്ങാനുള്ള തീരുമാനമെടുത്തത് 2012 ബജറ്റ് വേളയിൽ).

എ ബി വാജ്പേയ് പ്രധാനമന്ത്രിയായിരുന്ന എൻ ഡി എ ഭരണ കാലയളവിൽ കല്പിത സർവ്വകലാശാലകൾ വ്യാപകമായി അനുവദിക്കപ്പെട്ടിരുന്ന കാര്യം ഓർക്കേണ്ട സന്ദർഭമാണിത്. നൂറ്റമ്പതോളം സ്ഥാപനങ്ങൾക്ക് കല്പിത സർവ്വകലാശാലാ പദവി ലഭിച്ചു. വിദ്യാഭ്യാസരംഗത്തെ സംഭാവനകളോ സാമൂഹ്യനീതി നടപ്പാക്കുന്നതിലെ മികവോ അല്ല- പണം നല്കിയും ഉന്നതസ്വാധീനത്താലുമാണ് ഇത് ലഭിച്ചതെന്ന് പരക്കെ ആരോപണമുയർന്നു. എന്നാൽ 2011 ൽ ദേശീയ തലത്തിൽ നിയോഗിക്കപ്പെട്ട പ്രൊഫ. ടണ്ടൻ കമ്മിറ്റി കണ്ടെത്തിയത് ഇതിൽ പല സ്ഥാപനങ്ങളും ഡീംഡ് പദവിക്ക് അർഹരല്ല എന്നും അവയുടെ പദവി റദ്ദു ചെയ്യണമെന്നുമാണ്. സർവ്വകലാശാല (University) എന്ന മഹത്തായ പദവി ദുരുപയോഗിക്കുന്ന സ്ഥാപനങ്ങളുടെ ഉദ്ദേശം സാമ്പത്തികം മാത്രമാണ്. അടിസ്ഥാന സൗകര്യമോ ബോർഡോ ഇല്ലാത്തവ വരും ഇതിലുണ്ട്. വേണ്ടത്ര അദ്ധ്യാപകരില്ലാത്തതും ഉള്ളതിൽ തന്നെ യോഗ്യതയില്ലാത്തവരും ഉണ്ട്. ഒറ്റവർഷം കൊണ്ട് ആയിരത്തിലധികം പി എച്ച് ഡി ബിരുദം നല്കിയ സ്ഥാപനങ്ങളുണ്ട്. വിദൂര വിദ്യാഭ്യാസ കേന്ദ്രങ്ങളായി സ്റ്റഡി സെന്ററുകൾ തുടങ്ങി കച്ചവടം നടത്തുന്നവരുമുണ്ട്.

അനർഹരെയും അടിസ്ഥാന യോഗ്യതയില്ലാത്തവരെയും പ്രവേശിപ്പിക്കുന്ന നിരവധി സ്വാശ്രയ സ്ഥാപനങ്ങളെ കേരളത്തിൽ കാണാം. സംവരണം അട്ടിമറിക്കുക, കൂട്ടകോപ്പിയടിയ്ക്ക് കൂട്ടുനിന്നും അയോഗ്യരായ അദ്ധ്യാപകരെ നിയോഗിച്ചും യോഗ്യരായവർക്ക് ശമ്പളം നല്കാതെ പീഡിപ്പിച്ചും സാമ്പത്തിക താല്പര്യത്തോടെ പ്രവർത്തിക്കുന്ന സ്ഥാപനങ്ങളും ഉൾപ്പെടുന്നു. ആയതിനാൽ ഇവയൊക്കെ സ്വയംഭരണ പദവി കൂടി നേടിയെടുത്താൽ സ്ഥിതി ഗുരുതരമാവും. ഇപ്പോൾത്തന്നെ ഇവയെ നിയന്ത്രിക്കാൻ സർക്കാരുകൾക്ക് കഴിയുന്നില്ല.

സ്വയംഭരണ കോളേജിനെ സംബന്ധിച്ച് കോത്താരി കമ്മീഷന്റെ നിരീക്ഷണം ഇപ്രകാരമാണ്. ചൂഷണവിമുക്തവും സമത്വാധിഷ്ഠിതവുമായ ഒരു ഐഡിയൽ സൊസൈറ്റിയിൽ പരീക്ഷണാർത്ഥം താല്ക്കാലികമായി നല്കാൻ കഴിയുന്ന പദവിയാണ് സ്വയംഭരണം എന്നത്. കമ്മീഷൻ റിപ്പോർട്ട് പുറത്തുവന്ന് പതിറ്റാണ്ടുകൾ പിന്നിട്ടു ഈ സാഹചര്യത്തിൽ കച്ചവട കേന്ദ്രങ്ങളായി ഉന്നതവിദ്യാഭ്യാസരംഗം അധഃപതിച്ചുവെന്നുകാണാം. അന്നത്തേതിൽ നിന്ന് നൂറിരട്ടി സ്ഥാപനങ്ങൾ സ്വകാര്യമേഖലയിൽ സ്ഥാപിക്കപ്പെട്ടു. കേരളത്തിൽ സർക്കാർ കുത്തക തന്നെ വിദ്യാഭ്യാസരംഗത്ത് തകർക്കപ്പെട്ടു. മത-ജാതി സംഘടനകൾ, ബ്ലെയ്ഡ്, ബാർ മാഫിയകൾ സ്വാശ്രയ വിദ്യാഭ്യാസരംഗത്ത് വേരുറപ്പിച്ചു. ഈ ഘട്ടത്തിൽ സ്വയം ഭരണ പദവി കൂടി അനുവദിക്കപ്പെട്ടാൽ കടുത്ത സാമ്പത്തിക ചൂഷണത്തിനുള്ള ലൈസൻസായി അത് മാറും. അക്കാദമിക മൂല്യങ്ങൾ പഴങ്കഥയായിത്തീരും.

സ്വയംഭരണത്തെ സംബന്ധിച്ച് പഠിക്കാൻ നിയോഗിച്ച പ്രൊഫ. എൻ ആർ മാധവമേനോൻ അദ്ധ്യക്ഷനായ പതിനൊന്നംഗ സമിതിയുടെ മുന്നിൽ ഉന്നത വിദ്യാഭ്യാസകൗൺസിൽ നല്കിയ പരിഗണനാ വിഷയങ്ങൾ ഇവയാണ്.

1. കോളെജുകൾക്ക് നല്കുന്ന സ്വയംഭരണത്തിന്റെ സ്വഭാവം എന്തായിരിക്കണം?

2. ഒരു സ്ഥാപനത്തിന് സ്വയം ഭരണാവകാശം നല്കുന്നതിനുള്ള മാനദണ്ഡം എന്തൊക്കെ ആവണം?

3. സ്വയംഭരണം നല്കുന്നതിനിടയിൽ എന്തൊക്കെ പ്രതിസന്ധി ഉണ്ടാവും, അവയ്ക്കുള്ള പരിഹാരം എന്തൊക്കെയാണ്?

കേരളത്തിലെ ഉന്നത വിദ്യാഭ്യാസരംഗത്ത് ദൂരവ്യാപക ഫലം ഉണ്ടാകാവുന്ന തീരുമാനത്തിനു മുന്നോടിയായുള്ള റിപ്പോർട്ടിന് ശരിയായ പരിഗണനാ വിഷയം നല്കാൻ കൗൺസിലിന് കഴിഞ്ഞില്ല.

സർവ്വകലാശാലകൾക്ക് ലഭിച്ച സ്വയം ഭരണത്തിന്റെ ഗുണം എന്താണ്? അതിന്റെ അനുഭവങ്ങൾ ഉന്നത വിദ്യാഭ്യാസരംഗത്ത് എന്തു മാറ്റമുണ്ടാക്കി? ഇപ്രകാരമുള്ള കാര്യങ്ങൾ കൗൺസിൽ വിട്ടുകളഞ്ഞു. ഏതുവിധമുള്ള ഗുണനിലവാരപ്രശ്നമാണ് കേരളത്തിലെ ഉന്നത വിദ്യാഭ്യാസരംഗം അഭിമുഖീകരിക്കുന്നതെന്ന് പ്രൊഫ. എൻ ആർ മാധവമേനോൻ കമ്മിറ്റി പരിശോധിച്ചില്ല. അതു പരിഗണിക്കണമെന്ന് ഉന്നതവിദ്യാഭ്യാസ കൗൺസിൽ നിർദ്ദേശിച്ചതുമില്ല.

മുപ്പതിനായിരത്തിലധികം കോളേജുകൾ പ്രവർത്തിക്കുന്ന ഇന്ത്യയിൽ ഇവർ കൊട്ടിഘോഷിക്കുന്ന സ്വയംഭരണ കോളേജുകൾ 427 മാത്രമാണ്. ഇവയിൽ എത്ര എണ്ണമാണ് നിലവാരം പുലർത്തുന്നത്? സ്വയംഭരണം കോളേജുകളുടെ പൊതു സ്ഥിതി എന്താണ് എന്നിങ്ങനെയുള്ള വിശകലനവും റിപ്പോർട്ടിൽ കാണാനാവില്ല.

അക്കാദമിക സ്വയംഭരണം മാത്രമാണ് അനുവദിക്കപ്പെട്ടിരിക്കുന്നത് എന്ന പച്ചക്കള്ളമാണ് വിദ്യാഭ്യാസമന്ത്രി പി കെ അബ്ദു റബ്ബ് പ്രചരിപ്പിക്കുന്നത്. യു ഡി എഫിലെ നേതാക്കന്മാർ ആദ്യഘട്ടത്തിൽ സ്വയം ഭരണത്തെപ്പറ്റി വ്യത്യസ്ത അഭിപ്രായം രേഖപ്പെടുത്തിയിരുന്നു. എയ്ഡഡ് കോളേജുകൾക്ക് സ്വയം ഭരണപദവി നല്കുന്നതിനെ യു ഡി എഫ് സഖ്യകക്ഷികളുടെ തന്നെ ഭാഗമായ വിദ്യാർത്ഥി പ്രസ്ഥാനങ്ങൾ എതിർത്തു. എന്നാൽ മത, ജാതി, സാമ്പത്തിക സമ്മർദ്ദ ശക്തികളുടെയും അക്കാദമിക മൂല്യങ്ങളെ ബലികഴിച്ച മാനേജ്മെന്റുകളുടെയും താല്പര്യമാണ് കേരളത്തിൽ നടപ്പാക്കപ്പെട്ടത്. ഇപ്പോൾ സർക്കാർ-എയ്ഡഡ് കോളേജുകൾക്ക് ലഭിക്കുന്ന സ്വയം ഭരണ പദവി കാലാന്തരത്തിൽ സ്വാശ്രയ കോളേജുകൾക്കും ലഭിക്കും. ഈ മൂന്നു മേഖലകളിൽ നിന്നും പാവപ്പെട്ടവരും പിന്നോക്കക്കാരും ദുർബ്ബലരുമായ കേരളത്തിലെ ബഹുഭൂരിപക്ഷം വിദ്യാർത്ഥികൾ പടിയിറക്കപ്പെടും. സാമൂഹ്യനീതി ബലികഴിക്കപ്പെടും.

അക്കാദമിക സ്വയം ഭരണം പുറമേ പറയുന്നതാണ്. എന്നാൽ ഫീസ്

നിശ്ചയിക്കുന്നതും പ്രവേശനം നടത്തുന്നതും മെറിറ്റ്- സംവരണം സീറ്റുകൾ നിശ്ചയിക്കുന്നതും മാനേജ്മെന്റ് സീറ്റുകളിൽ ഇഷ്ടംപോലെ ഫീസ് ചുമത്തുന്നതും അടക്കമുള്ള സർവ്വാധികാരവും സ്ഥാപനങ്ങൾക്ക് ലഭിക്കും. പുതിയ കോഴ്സുകൾ ആരംഭിക്കാനുള്ള ചുമതല കോളേജുകൾക്ക് ആകയാൽ യു ജി സി ഇതിനുള്ള ഫണ്ട് നല്കില്ല. കുട്ടികളിൽ നിന്നു തന്നെ ഇതും പിരിച്ചെടുക്കും. കോളെജിലെ ഗവേണിങ് കൗൺസിലുകളാണ് പരമാധികാരി. എന്നാൽ അക്കാദമിക സമൂഹത്തിൽ ഭൂരിപക്ഷമുള്ള വിദ്യാർത്ഥികൾക്ക് ഗവേണിങ് കൗൺസിലിൽ പ്രാതിനിധ്യമില്ല. മാനേജുമെന്റുകൾക്ക് മേൽക്കൈയുണ്ടാവും. സർക്കാർ എയ്ഡഡ് കോളേജുകളിൽ മൂന്നാംകിട അൺ എയ്ഡഡ് കോഴ്സുകൾ ആരംഭിച്ച് അവയെ നിയമപരമാക്കാൻ കഴിയും. സ്വാശ്രയ കോളേജുകൾക്ക് സ്വയം ഭരണപദവി നല്കാതിരിക്കുന്നത് യുക്തിരഹിതമാണെന്ന കണ്ടെത്തൽ മാധവ മേനോൻ കമ്മിറ്റി നടത്തിയിട്ടുണ്ട്. കാണാൻ പോകുന്ന പൂരം പറഞ്ഞറിയിക്കണോ? അക്കാദമിക രംഗത്തെ ആശങ്കകളെ ഇങ്ങനെ സംഗ്രഹിക്കാം.

1. വിദ്യാർത്ഥി പ്രവേശനം ഉൾപ്പെടെയുള്ള കാര്യങ്ങളിൽ മാനേജ്മെന്റുകൾക്ക് ലഭിക്കുന്ന അധികാരം മെറിറ്റ് സംവരണ സീറ്റുകൾ അട്ടിമറിക്കുന്നതിലേക്ക് നയിക്കും.

2. പരീക്ഷ നടത്താനും മൂല്യനിർണ്ണയത്തിനുമുള്ള അധികാരം കോളേജുകൾക്ക് ലഭിക്കുന്നതോടെ പരീക്ഷകളുടെ സുതാര്യത, സുരക്ഷിതത്വം എന്നിവ ഇല്ലാതാവും.

3. സർവ്വകലാശാലാതലത്തിലുള്ള പരീക്ഷ അപ്രസക്തമാവും.

4. നിരവധി തലങ്ങളിൽ-സമയമെടുത്തും വിശദമായി ചർച്ച ചെയ്തും തയ്യാറാക്കുന്ന ഏറ്റവും സമഗ്രമായ സിലബസും കോഴ്സുകളും അട്ടിമറിക്കപ്പെടും ബോർഡ് ഓഫ് സ്റ്റഡീസും അക്കാദമിക് കൗൺസിലും സർവ്വകലാശാല ഭരണസമിതിയും ഗൗരവപൂർവ്വം പരിശോധിച്ച് അംഗീകാരം നല്കേണ്ട കാര്യങ്ങളാണിവ. എന്നാൽ കോളേജുകളിലെ തന്നെ നാലോ അഞ്ചോ അദ്ധ്യാപകർ മാത്രമിരുന്നു തയ്യാറാക്കുന്ന ഇത്തരം കാര്യങ്ങളുടെ ആധികാരികതയും ജനാധിപത്യ ഉള്ളടക്കവും ഉന്നത നിലവാരത്തിൽ ആയിരിക്കില്ല. മതനിരപേക്ഷതയും അതിൽ അധിഷ്ഠിതമായ ശാസ്ത്രീയ സ്വഭാവവും നഷ്ടപ്പെട്ടെന്നുവരും.

5. അദ്ധ്യാപക നിയമനത്തിൽ സർക്കാർ നിയന്ത്രണം ഇല്ലാതാവും. ഇപ്പോൾത്തന്നെ എയ്ഡഡ് കോളേജ് നിയമനത്തിൽ സർക്കാരിന്റെ പങ്ക് പേരിനു മാത്രമാണ്.

6. സർവ്വകലാശാലകളുടെ അക്കാദമിക രംഗത്തെ ചുമതല കോളേജുകൾക്ക് ലഭിക്കുന്നതോടെ ചെലവുകളും ഭരണപരമായ കാര്യങ്ങളും കണക്കിലെടുത്ത് വിദ്യാർത്ഥികളിൽ നിന്ന് വൻതുക സമാഹരിക്കപ്പെടും.

7. സ്വാശ്രയ കോളേജുകൾക്ക് സ്വയം ഭരണം ലഭിക്കുന്ന സ്ഥിതിയാവും ഭാവിയാൽ ഉണ്ടാവുക.

# സ്വാശ്രയം ഒടുവിൽ ഹൈക്കോടതി പറഞ്ഞത്

യു ഡി എഫ് സർക്കാരിനുകീഴിൽ സ്കൂൾ വിദ്യാഭ്യാസം മുതൽ ഉന്നതവിദ്യാഭ്യാസം വരെ വാണിജ്യവല്ക്കരിക്കപ്പെടുകയാണ്. സ്വാശ്രയ കഴുകന്മാർക്ക് കൊത്തിവലിക്കാൻ പാകത്തിൽ പ്രൊഫഷണൽ വിദ്യാഭ്യാസത്തെ മാറ്റിത്തീർത്തിരിക്കുന്നു. എന്നാൽ, 2013 ജൂലൈ മാസം നാലിന് കേരള ഹൈക്കോടതി പുറപ്പെടുവിച്ച ഒരുവിധിന്യായം വിദ്യാർത്ഥികൾക്കും സാധാരണക്കാർക്കുമുള്ള പ്രതീക്ഷയുടെ വെളിച്ചമാണ്. കേരളത്തിലെ സ്വാശ്രയ മെഡിക്കൽ പ്രവേശനവുമായി ബന്ധപ്പെട്ടാണിത്. കച്ചവട മാനേജ്മെന്റുകളുടെ ധാർഷ്ട്യത്തിനും അവരെ വഴിവിട്ട് സഹായിക്കുന്ന യു ഡി എഫ് സർക്കാരിനും കനത്ത പ്രഹരമാണ് ഈ വിധി. സാമൂഹിക പ്രതിബദ്ധതയിൽ അധിഷ്ഠിതമായ ഇത്തരം വിധികൾ സാധാരണക്കാർക്കും വിദ്യാർത്ഥികൾക്കും ആശ്വാസം പകരുന്നു.

വൻതുക നേരത്തെ പറഞ്ഞുറപ്പിച്ചശേഷം കേരള പ്രൈവറ്റ് മെഡിക്കൽ കോളേജ് മാനേജ്മെന്റ് അസോസിയേഷൻ നടത്തിയ 'തട്ടിപ്പുപരീക്ഷ' റദ്ദാക്കിയ ജസ്റ്റിസ് ജയിംസ് അദ്ധ്യക്ഷനായ മേൽനോട്ട കമ്മിറ്റിയുടെ ഉത്തരവ് ഹൈക്കോടതി ശരിവച്ചിരിക്കുന്നു. ശ്രദ്ധേയമായ ഒട്ടേറെ കാര്യങ്ങൾ ഈ വിധിന്യായത്തിൽ കാണാനാവും. പരീക്ഷ നടത്തുന്നതിനെതിരെ മെയ് 31 ന് കോഴിക്കോട്ട് എസ് എഫ് ഐ സംസ്ഥാന സെക്രട്ടറി ടി പി ബിനീഷ് ഉൾപ്പെടെയുള്ളവരുടെ നേതൃത്വത്തിൽ നടത്തിയ പ്രതിഷേധ സമരത്തെ പൊലീസ് ഭീകരമായി വേട്ടയാടി. നിരവധി എസ് എഫ് ഐ പ്രവർത്തകർക്ക് ഗുരുതരമായി പരിക്കേറ്റു. എന്നിട്ടും എസ് എഫ് ഐ സമരം തുടർന്നു. തിരുവനന്തപുരത്ത്, ജസ്റ്റിസ് ജയിംസ് കമ്മിറ്റിക്കു മുന്നിൽ എസ് എഫ് ഐയും പരീക്ഷാക്രമക്കേടിന്റെയും തട്ടിപ്പിന്റെയും ദൃശ്യങ്ങൾ പുറത്തുകൊണ്ടുവരുന്ന മാധ്യമങ്ങളും തെളിവുകൾ

സമർപ്പിച്ചു. ഒടുവിൽ ജൂൺ ഏഴിന് മേൽനോട്ടക്കമ്മിറ്റി പരീക്ഷ റദ്ദുചെയ്തു. ആ തീരുമാനത്തിനെതിരെ ഹൈക്കോടതിയെ സമീപിച്ച കച്ചവട മാനേജ്മെന്റുകൾ ഹൈക്കോടതി വിധിയോടെ ഇളിഭ്യരായിരിക്കുന്നു. പരീക്ഷാ തട്ടിപ്പിനെതിരെ പ്രതിഷേധിച്ച എസ് എഫ് ഐയുടെ നിലപാടുകൾക്ക് കിട്ടിയ അംഗീകാരം തന്നെയാണ് ഇത്.

മെയ് 31 ന് കോഴിക്കോട്ട് എം ഇ എസ് രാജ റെസിഡൻഷ്യൽ സ്കൂളിൽ പരീക്ഷ നടക്കുന്നതിനു മുമ്പുതന്നെ പണം കൈപ്പറ്റുന്നതായുള്ള തട്ടിപ്പിന്റെ ദൃശ്യങ്ങൾ പുറത്തുവന്നു. എന്നിട്ടും സ്വാശ്രയ മാനേജുമെന്റുകൾക്കെതിരെ ചെറുവിരൽ അനക്കാൻ മുഖ്യമന്ത്രിയും വിദ്യാഭ്യാസ ആരോഗ്യമന്ത്രിയും തയ്യാറായില്ല. സ്വാശ്രയ ലോബിക്കു വേണ്ട സർവ്വ പിന്തുണയും നല്കി. തട്ടിപ്പു പരീക്ഷ നടത്താൻ എല്ലാ സുരക്ഷിതത്വവും പൊലീസ് കാവലും ഏർപ്പെടുത്തി. മാനേജ്മെന്റുകളുടെ വിനീത ദാസന്മാരായി സർക്കാർ മാറി. പരീക്ഷ നടത്തുന്നതിനെതിരെയും നടന്ന പരീക്ഷ റദ്ദാക്കുന്നതിനു വേണ്ടിയും സംഘടിപ്പിച്ച ഉശിരൻ പോരാട്ടങ്ങൾ തന്നെയാണ് ഒടുവിൽ മേൽനോട്ട കമ്മിറ്റിയെക്കൊണ്ട് ഇപ്രകാരം ഒരു തീരുമാനമെടുപ്പിച്ചത്, ആയിരത്തോളം അപേക്ഷകരാണ് പരീക്ഷയെഴുതാനെത്തിയത്. 340 സീറ്റുകളിലേക്കായിരുന്നു ഇത്. 37 മുതൽ 57 ലക്ഷം രൂപ വരെ തലവരിപ്പണം പറഞ്ഞുറപ്പിച്ചശേഷമായിരുന്നു പരീക്ഷ. ആവശ്യക്കാർക്ക് ചോദ്യങ്ങൾ നേരത്തെ ലഭ്യമാക്കി പരീക്ഷയുടെ വിശ്വാസ്യത ചോർത്തി. തീർത്തും നിയമവിരുദ്ധവും അക്കാദമിക് വിരുദ്ധവുമായിട്ടായിരുന്നു ഇതെല്ലാം നടത്തിയത്.

പ്രവേശന മേൽനോട്ടത്തിന്റെ ചുമതലയുള്ള സമിതിക്ക് പരീക്ഷ റദ്ദാക്കാനോ പുതിയ പരീക്ഷയ്ക്കുള്ള തീരുമാനമെടുക്കാനോ അധികാരമില്ലെന്നാണ് മാനേജ്മെന്റുകൾ വാദിച്ചത്. എന്നാൽ പ്രവേശനം സുതാര്യവും നീതിയുക്തവും ചൂഷണരഹിതവുമായി നടക്കുന്നുവെന്ന് ഉറപ്പുവരുത്താൻ നിയോഗിക്കപ്പെട്ട സമിതിക്ക് ക്രമക്കേട് നടന്ന പരീക്ഷ റദ്ദാക്കാൻ അധികാരമുണ്ടെന്ന വസ്തുത കോടതി പരിഗണിച്ചു മെഡിക്കൽ കൗൺസിൽ ഓഫ് ഇന്ത്യയുടെ മാർഗ്ഗനിർദ്ദേശപ്രകാരമുള്ള അവസാന ദിവസം ഇത്തരത്തിൽ പ്രവേശനപരീക്ഷ നടത്തുന്നത് പരീക്ഷാ തട്ടിപ്പ് നടത്തുന്നത് മൂടിവയ്ക്കാനാണെന്നും പരീക്ഷയിൽ ക്രമക്കേട് നടത്തിയശേഷം സമയപരിധിയെപ്പറ്റി പറയുന്നതിൽ വസ്തുതയില്ലെന്നും നിരീക്ഷിക്കപ്പെട്ടു. ക്രമക്കേട് നടത്തിയശേഷം സ്വാശ്രയ മാനേജ്മെന്റുകൾക്ക് പരീക്ഷ നടത്താൻ അവകാശമുണ്ടെന്ന് വാദിക്കാൻ കഴിയില്ല. സ്വാശ്രയ സ്ഥാപനങ്ങൾ നടത്തുന്ന എൻട്രൻസ് പരീക്ഷയ്ക്ക് സുതാര്യതയില്ലെങ്കിൽ സർക്കാരിന് എൻട്രൻസ് ചുമതല ഏറ്റെടുക്കാമെന്ന് ഇനാംദാർ കേസിൽ പരമോന്നത നീതിന്യായപീഠം ചൂണ്ടിക്കാട്ടിയിട്ടുണ്ട്.

ഇക്കാര്യങ്ങളെല്ലാം വിശദമായി പരിഗണിച്ചായിരുന്നു ഹൈക്കോടതി വിധി. പ്രവേശനപരീക്ഷയിൽ വൻ ക്രമക്കേടും അധാർമ്മിക പ്രവൃത്തികളും നടത്തുന്ന സ്വാശ്രയ മാനേജ്മെന്റുകൾക്കെതിരെ സംസ്ഥാന

സർക്കാർ നടപടിയെടുക്കാത്തത് ആശങ്ക ഉയർത്തുന്നുവെന്നും ജസ്റ്റിസുമാരായ കെ ടി ശങ്കരനും ബി കമാൽപാഷയും ഉൾപ്പെട്ട ഹൈക്കോടതി ഡിവിഷൻ ബെഞ്ച് നിരീക്ഷിച്ചു. ഒരുവിഭാഗം വിദ്യാർത്ഥികൾക്ക് ഗുണപരമായ നിലയിൽ ചോദ്യപേപ്പർ ചോർത്തിക്കൊടുത്തത് ക്രമക്കേട് തന്നെയാണ്. വിദ്യാർത്ഥികളുടെ താല്പര്യമായിരുന്നു സർക്കാർ സംരക്ഷിക്കേണ്ടിയിരുന്നത്. പരീക്ഷാ നടത്തിപ്പിലെ സുതാര്യത ഇല്ലായ്മ, ക്രമക്കേട് എന്നിവയാണ് തട്ടിപ്പിന്റെ ദൃശ്യങ്ങളിൽ തെളിയുന്നതെന്നും ബെഞ്ച് നിരീക്ഷിച്ചു. ഇപ്പോഴത്തെ സർക്കാർ-മാനേജ്മെന്റ് ധാരണ നിയമപരമല്ല.

ഈ വിധി വരുന്ന ഘട്ടത്തിൽത്തന്നെ കേരളത്തിൽ ചർച്ച ചെയ്യപ്പെട്ട പ്രധാന വിദ്യാഭ്യാസ പ്രശ്നം സ്വാശ്രയ എൻജിനിയറിങ് കോളേജ് മാനേജ്മെന്റുകളുമായി സർക്കാർ ഉണ്ടാക്കിയ കരാർ 50:50 എന്ന അനുപാതം അട്ടിമറിക്കപ്പെട്ടതാണ്. മാനേജ്മെന്റുകൾ വൻതുകയിൽ ബഹുഭൂരിപക്ഷം സീറ്റുകളും കവർന്നെടുത്തു. മാനേജ്മെന്റ് ക്വാട്ടയിലെ 50 ശതമാനത്തിനുപുറമെ സർക്കാർ സീറ്റിലെ 15 ശതമാനവും മാനേജ്മെന്റുകൾക്ക് ലഭിക്കും. ആകെ 65 ശതമാനം സീറ്റുകൾ കച്ചവടക്കാർ സ്വന്തമാക്കി. കമ്യൂണിറ്റി ക്വാട്ടയെ സ്വകാര്യ ട്രസ്റ്റുകൾക്കു കൂടി പങ്കുവെച്ചതോടെയാണ് ഇതുസംഭവിച്ചത്. 2013 ലെ പ്രവേശനപരീക്ഷാ കമ്മീഷണറേറ്റിന്റെ വിജ്ഞാപനവും ഈ കച്ചവടത്തിന് പച്ചക്കൊടിയായി. അലോട്ടുമെന്റ് വെട്ടിക്കുറച്ചതും സ്വാശ്രയ ലോബിക്കുവേണ്ടിയാണ്. ഫീസടയ്ക്കാൻ നിശ്ചിതസമയം അനുവദിക്കാതെ വിദ്യാർത്ഥികളെ പീഢിപ്പിക്കുന്ന നടപടി കമ്മീഷണറേറ്റ് സ്വീകരിച്ചു. കോടികളുടെ വിദ്യാഭ്യാസക്കച്ചവടത്തിന് പൂർണ്ണമായും മൂക്കുകയറിടാൻ ഇനി വേണ്ടത് ശക്തമായ ബഹുജനപ്രതിരോധമാണ്.

*(സുപ്രീംകോടതി ഹൈക്കോടതി വിധിയെ ജൂലൈ 17 ന് ശരിവെച്ച് വിധി പുറപ്പെടുവിച്ചു. ലേഖനം ഹൈക്കോടതിവിധി വന്നപ്പോൾ എഴുതിയത്)*

# വിദ്യാർത്ഥി രാഷ്ട്രീയം ജനാധിപത്യ വിദ്യാഭ്യാസം

**വി**ദ്യ കൊണ്ട് പ്രബുദ്ധരാവുക, സംഘടന കൊണ്ട് ശക്തരാവുക ഇപ്രകാരമുള്ള ശ്രീനാരായണ ഗുരുവിന്റെ വാക്കുകൾക്ക് വലിയ പ്രാധാന്യം നല്കിയ സമൂഹമാണ് കേരളത്തിലേത്. എന്നാലിപ്പോൾ ശ്രീനാരായണ ട്രസ്റ്റ് തന്നെ അവരുടെ സ്ഥാപനങ്ങളിൽ സംഘടനാ പ്രവർത്തനത്തെ നിയന്ത്രിക്കാനുള്ള തീരുമാനം കൈക്കൊണ്ടിരിക്കുന്നു (ക്രിസ്ത്യൻ-മാനേജ്മെന്റുകൾ നേരത്തേ ഈ സമീപനം കൈക്കൊണ്ടു). 2014 ഏപ്രിൽ മാസത്തിൽ സംസ്ഥാന സർക്കാർ തന്നെ ഇത്തരമൊരു നീക്കം നടത്തിയപ്പോൾ വിദ്യാർത്ഥി സംഘടനകളൊന്നാകെ അതിനെതിരെ രംഗത്തുവന്നു. ഇന്ത്യൻ ഭരണഘടന അനുഛേദം 19(1) എ സി വകുപ്പുകൾ സംഘടന സ്വാതന്ത്ര്യത്തെയും അഭിപ്രായ സ്വാതന്ത്ര്യത്തെയും അംഗീകരിക്കുന്നു. ഇതിനെ റദ്ദ് ചെയ്യാൻ ആർക്കും കഴിയില്ല.

ജനകീയ വിദ്യാഭ്യാസവും മതനിരപേക്ഷ കലാലയവും ഇവിടെ നിലനില്ക്കുന്നതിന്റെ കാരണം വിദ്യാർത്ഥികളുടെ രാഷ്ട്രീയ പ്രബുദ്ധതയാണ്. സാമൂഹ്യ പ്രതിബദ്ധതയും പൗരബോധവുമുള്ള തലമുറയാണ് ഇത്തരം കലാലയങ്ങളിലൂടെ വളർന്നുവരുന്നത്. പഞ്ചായത്തുമുതൽ പാർലമെന്റുവരെയുള്ള തിരഞ്ഞെടുപ്പിൽ വോട്ടുചെയ്യുന്നവരാണ് കലാലയവിദ്യാർത്ഥികൾ. രാഷ്ട്രഭരണം നിർണ്ണയിക്കാൻ വരെ അവകാശമുള്ള വിഭാഗത്തിന്റെ ക്യാമ്പസ് സംഘടനാ സ്വാതന്ത്ര്യം നിഷേധിക്കുന്നത് പരിഹാസ്യമാണ്. ഒറ്റപ്പെട്ട ഏതെങ്കിലും സംഭവത്തെ മുൻനിർത്തി ക്യാമ്പസ് ജനാധിപത്യമാകെ തകരാറിലാണെന്ന് വാദിക്കുന്നത് ശരിയല്ല. സമൂഹത്തിലെ നാനാതുറകളിലേക്കും വികസനം സാദ്ധ്യമാക്കാൻ പ്രാപ്തിയുള്ള അഭ്യസ്തവിദ്യരാണ് ഇത്തരം കോളേജുകളുടെ അമൂല്യസമ്പത്ത്. പത്രപ്രവർത്തകരായി, അദ്ധ്യാപകരായി ശാസ്ത്രജ്ഞരായി, ഗവേഷകരായി, സാമ്പത്തിക ശാസ്ത്ര വിദഗ്ദ്ധരായി രാഷ്ട്രമീമാംസ വിചക്ഷണരായി

സെക്രട്ടറിയറ്റ് മുതൽ വില്ലേജ് ഓഫീസ് വരെയുള്ള ഔദ്യോഗിക ശൃംഖലയിലെ ഉദ്യോഗസ്ഥരായി, കലാസാംസ്കാരിക സാഹിത്യ ഗവേഷകരായി ദേശീയ അന്തർദേശീയ കായികതാരങ്ങളായി, ഫാക്ടറി ജീവനക്കാരായി, വികസിത സമൂഹത്തിന്റെ സന്തുലിതാവസ്ഥ നിലനിർത്തുന്നത് കോളേജിൽ നിന്ന് പുറത്തിറങ്ങുന്നവരാണ്. എണ്ണമറ്റ ഉയർന്ന സിവിൽ സർവ്വീസിൽ ഓഫീസർമാരും രാഷ്ട്രീയ പ്രവർത്തകരും രൂപപ്പെടുന്നത് ഇവിടെനിന്നാണ്.

കേരളത്തിലെ സർക്കാർ-എയ്ഡഡ് മേഖലയിലെ ഉന്നതവിദ്യാഭ്യാസ സ്ഥാപനങ്ങളിലും സർവ്വകലാശാലകളിലും സാങ്കേതിക വിദ്യാഭ്യാസകേന്ദ്രങ്ങളിലും സംഘടനാടിസ്ഥാനത്തിലാണ് യൂണിയൻ തിരഞ്ഞെടുപ്പ് നടക്കുന്നത്. സ്വാശ്രയ കോളേജുകളിൽ ചിലതെങ്കിലും ഇപ്രകാരം നടക്കുന്നു. യുവജനോത്സവങ്ങൾ ഉൾപ്പെടെയുള്ള അതിവിപുലമായ സാംസ്കാരിക സംരംഭങ്ങളുടെ സംഘാടനം ഇത്തരം ജനാധിപത്യവേദികൾക്കാണ്. അദ്ധ്യയനവർഷത്തിലെ കല-സാംസ്കാരി-കായിക പരിപാടികളുടെയെല്ലാം മേൽനോട്ടം ഇവയ്ക്കുതന്നെ. ആകയാൽ സംഘടനാപ്രവർത്തനങ്ങളെ നിയന്ത്രിക്കാനുള്ള നീക്കം ലക്ഷക്കണക്കിനു വിദ്യാർത്ഥികളോടുള്ള വെല്ലുവിളിയാണ്. സ്വാശ്രയ വിദ്യാഭ്യാസക്കച്ചവടക്കാരുടെയും മതമാനേജ്മെന്റുകളിൽ ചിലരുടെയും ആഗ്രഹം മാത്രമാണ് പുതിയ നീക്കത്തിനുപിന്നിൽ. എസ് എഫ് ഐ ഉൾപ്പെടെയുള്ള നിയമവിദ്യാർത്ഥി സംഘടനകളെല്ലാം ഇതിനെ ശക്തമായി എതിർത്തുകഴിഞ്ഞു. ബ്രിട്ടീഷ് സാമ്രാജ്യത്വത്തിനെതിരെ മുതൽ വിദ്യാഭ്യാസ മാഫിയകൾക്കെതിരെവരെ വിദ്യാർത്ഥികൾ ഐതിഹാസികമായ പ്രക്ഷോഭം നടത്തി. മഹാത്മാഗാന്ധിയെപ്പോലുള്ളവർ സ്വാതന്ത്ര്യസമരത്തിൽ അണിചേരാൻ വിദ്യാർത്ഥികളെ ആഹ്വാനം ചെയ്തു. വിദ്യാർത്ഥികൾ ഉയർത്തിയ മുദ്രാവാക്യങ്ങൾ ശരിയായിരുന്നുവെന്ന് കാലം തെളിയിച്ചു. ഒരുകാലത്ത് വിദ്യാർത്ഥിപ്രസ്ഥാനത്തിന് നേതൃത്വം നല്കിയവർ പില്ക്കാലത്ത് സാംസ്കാരികനായകരായും കലാപ്രതിഭകളായും ജനപ്രതിനിധികളായും മികവുറ്റ പ്രൊഫഷണലുകളായും ഉയർന്ന സിവിൽസർവ്വീസ് ഉദ്യോഗസ്ഥരായും പ്രശസ്തി നേടി. മികച്ച ന്യായാധിപന്മാരായി പേരെടുത്തവർവരെ ഇതിലുണ്ട്.

വിദ്യാർത്ഥികളാണ് സാമൂഹ്യ അനീതികളെ എക്കാലത്തും ചോദ്യം ചെയ്തത്. ഭീമമായ ഫീസ്വർദ്ധനയും മെറിറ്റ് അട്ടിമറിയും സംവരണനിഷേധവും വിദ്യാഭ്യാസത്തെ കലുഷമാക്കിയപ്പോഴെല്ലാം പ്രതികരിച്ചത് വിദ്യാർത്ഥിപ്രസ്ഥാനങ്ങളാണ്. അതിന്റെ നേട്ടങ്ങൾ വിദ്യാർത്ഥി സമൂഹത്തിനാകെ ലഭിച്ചു. സ്കൂൾ വിദ്യാഭ്യാസത്തിന്റെ നവീകരണം മുതൽ ഗവേഷണമേഖലയിലെ പ്രശ്നങ്ങൾവരെ ഏറ്റെടുത്തു. സ്കോളർഷിപ്പുകൾ, ഫെലോഷിപ്പുകൾ ഇവയുടെ വർദ്ധനവും യാത്രാകൺസഷൻ, മറ്റു വിദ്യാഭ്യാസ ആനുകൂല്യങ്ങൾ ഇവയെല്ലാം വിദ്യാർത്ഥിസമരത്തിന്റെ ഫലമാണ്. സ്വാശ്രയ കോളേജുകളിൽ ശേഷിക്കുന്ന മെരിറ്റ് സീറ്റുകളും നിയ

ന്ത്രിത ഫീസ് ഘടനയും വിദ്യാർത്ഥിസമരത്തിന്റെ വിജയമാണ്. സാധാരണക്കാർ പഠിക്കാനെത്തുന്ന നൂറുകണക്കിനു പൊതുവിദ്യാലയങ്ങൾ ഇപ്പോഴും അടച്ചുപൂട്ടാത്തത് വിദ്യാർത്ഥികളുടെ മുദ്രാവാക്യത്തിന്റെ കരുത്തിലാണ്. സിലബസ് പരിഷ്ക്കരണത്തിനായും ഉന്നതവിദ്യാഭ്യാസത്തിന്റെ ഗുണനിലവാരമുയർത്താനായും സർവ്വകലാശാലാ സമിതികളിൽ നിരന്തരം ശബ്ദിക്കുന്നത് വിദ്യാർത്ഥികളാണ്.

2006 ൽ സുപ്രീംകോടതിയുടെ നിർദ്ദേശാനുസരണം രൂപീകരിക്കപ്പെട്ട ജെ എം ലിങ്ദോ കമ്മിറ്റി റിപ്പോർട്ടിൽ വിദ്യാർത്ഥി യൂണിയനുകളുടെ പ്രസക്തി ചൂണ്ടിക്കാട്ടുന്നു. ക്യാമ്പസിലെ സംഘടനകളെ വിലക്കുന്ന നടപടിക്ക് ഒരു നിയമസാധുതയുമില്ല. ഭരണഘടനാലംഘനമാണിത്. ഭരണഘടനയുടെ അനുച്ഛേദം പത്തൊമ്പത് പ്രകാരം ഇന്ത്യൻ പൗരന് നല്കപ്പെട്ടിരിക്കുന്ന സ്വാതന്ത്ര്യത്തിനായുള്ള അവകാശത്തെ ഹനിക്കലാണിത്. ഏതൊരു ഇന്ത്യൻ പൗരനും അഭിപ്രായപ്രകടനത്തിനുള്ള അവകാശം ഭരണഘടനാപരമാണ്. നിരായുധരായും സമാധാനപരമായും സംഘടിക്കാനുള്ള സ്വാതന്ത്ര്യമുണ്ട്. വിദ്യാർത്ഥി സംഘടനാ പ്രവർത്തനത്തിന്റെ ഭാഗമായുള്ള ക്യാമ്പയിനുകൾ, സെമിനാറുകൾ, സമ്മേളനങ്ങൾ ഇവയെല്ലാം ഈ അവകാശത്തിന്റെ ഭാഗംതന്നെ. ഏതൊരു പൗരനും സംഘടനകൾ രൂപീകരിക്കാനും അതിൽ അംഗമാകാനുമുള്ള അവകാശവും ഭരണഘടനാപരമാണ്. ഏതോ ഒരു കോളേജിൽ നടന്ന അനിഷ്ഠസംഭവത്തിന്റെ പേരിൽ ലക്ഷക്കണക്കിനു വിദ്യാർത്ഥികളുടെ മൗലികാവകാശം നിഷേധിക്കാൻ കഴിയില്ല. വിദ്യാഭ്യാസ-ഇതര മേഖലകളിലെ സർക്കാർ നയങ്ങളെല്ലാം രാഷ്ട്രീയമായ ചർച്ചകളുടെയും അജണ്ടയുടെയും ഭാഗമാണ്. ആകയാൽ അതിന്റെ ഫലം അനുഭവിക്കുന്നവരോട് നിശ്ശബ്ദത പാലിക്കാൻ പറയുന്നത് ശരിയല്ല. അമുൽബേബിമാരെയും അടിമകളെയും സൃഷ്ടിക്കലാണ് ഇതിനുപിന്നിൽ. അരാഷ്ട്രീയ കലാലയങ്ങൾ മനോഹരമാണെന്ന കുപ്രചാരണം ചിലർ അഴിച്ചുവിടുന്നുണ്ട്. അവിടെയാണ് ഉന്നതഗുണനിലവാരമുള്ളതെന്ന വാദം അസംബന്ധമാണ്.

റാഗിങ്, ഗുണ്ട, മയക്കുമരുന്ന്, വാണിഭസംഘങ്ങൾക്ക് എളുപ്പം കയറിപ്പറ്റാൻ കഴിയുന്നത് ഇവിടങ്ങളിലാണ്. ക്രിമിനൽ സംഘങ്ങളായും ഗ്യാങ്ങുകളായും ഇവ മാറുന്നതിന്റെ തിക്തഫലം കുറച്ചൊക്കെ മലയാളിക്കും അറിയാം. ഇവിടങ്ങളിൽ ഇന്റേണൽ അസസ്മെന്റ് പീഡനസാദ്ധ്യതയും വലുതാണ്. ഒളിക്യാമറ പ്രയോഗങ്ങൾപോലും റിപ്പോർട്ട് ചെയ്യപ്പെട്ടിട്ടുണ്ട്. നമ്മുടെ ചില പ്രൊഫഷണൽ മെഡിക്കൽ കോളേജുകളിൽ തീവ്ര മതജാതിശക്തികൾ വേരുറപ്പിക്കാൻ ശ്രമിക്കുന്നുമുണ്ട്. തമിഴ്നാട്, കർണ്ണാടകം എന്നിവിടങ്ങളിലെയും ഉത്തരേന്ത്യയിലെയും അരാഷ്ട്രീയ ക്യാമ്പസുകളിൽ നടക്കുന്ന അരാജകപ്രവണതകൾ ആരെയും ഞെട്ടിക്കുന്നതാണ്. തൂത്തുക്കുടിയിലെ സ്വകാര്യ എൻജിനീയറിങ് കോളേജ് പ്രിൻസിപ്പലിനെ മാസങ്ങൾക്കുമുമ്പ് വെട്ടിക്കൊന്നത് അവിടത്തെ വിദ്യാർത്ഥികളാണ്. ഈറോഡിലെ എൻജിനീയറിങ് വിദ്യാർത്ഥി കണ്ണൂ

രിലെ ദീപക്കിനെ വാഹനമിടിച്ച് കൊന്നത് സീനിയർ വിദ്യാർത്ഥികളുടെ റാഗിങ് പരാക്രമമാണ്. ബാംഗ്ലൂരുവിലെ ആർക്കിടെക്ചർ വിദ്യാർത്ഥി തൃശൂർ സ്വദേശി അഹാബ് ക്രൂരമായി കൊല്ലപ്പെട്ടു. വയനാട് സ്വദേശി മുഹമ്മദ് റാഫിയുടെ ചെവിയിൽ തിളച്ച വെള്ളമൊഴിച്ചശേഷം മർദ്ദിച്ച് അവശനാക്കി. ഇതിനെല്ലാം പിന്നിൽ അരാഷ്ട്രീയ ക്യാമ്പസിലെ ക്രിമിനൽ സംഘങ്ങൾതന്നെ. പണച്ചാക്കുകളായ രക്ഷിതാക്കളുടെ ഇടപെടലുകൾകൊണ്ട് അപരാധികൾ സുഖമായിരിക്കുന്നു. രാഷ്ട്രീയബോധമുള്ള വിദ്യാർത്ഥികളല്ല ഇവിടെ പ്രതികളിലൊരാളും.

മനുഷ്യന്റെ വിമോചനം സാദ്ധ്യമാകുന്നത് വിദ്യാഭ്യാസത്തിലൂടെയാണെന്നും സംവാദമാണ് അതിനുള്ള മാർഗ്ഗമെന്നും ലോകപ്രശസ്ത വിദ്യാഭ്യാസ വിചക്ഷണൻ പൗലോഫ്രെയർ പറയുന്നു. എല്ലാത്തരം ഭൃത്യതകളിൽനിന്നുമുള്ള മോചനമാണ് വിദ്യാഭ്യാസമെന്ന് ഗാന്ധിജി. വിദ്യകൊണ്ട് പ്രബുദ്ധനാകാനും സംഘടനകൊണ്ട് ശക്തരാക്കാനും പ്രേരിപ്പിച്ചത് ഗുരുവാണ്.

ലോകത്തിന്റെ ഏതു കോണിൽ ജീവിച്ചാലും അന്തസ്സുള്ള ഏത് തൊഴിലെടുക്കുമ്പോഴും ജനാധിപത്യവാദിയാകാൻ ഒരുവൻ പഠിക്കുന്നത് ക്യമ്പസിൽനിന്നാണ്. മതനിരപേക്ഷ മാനവികമൂല്യങ്ങളുടെ വിത്തുമുളയ്ക്കുന്നത് അവിടെവച്ചാണ്. ഏതു ചോദ്യത്തിനും ഉത്തരമെഴുതുകമാത്രമല്ല ചില ഉത്തരങ്ങളെ ചോദ്യം ചെയ്യലാണ് തന്റെ കടമയെന്നും വിദ്യാർത്ഥി തിരിച്ചറിയുന്നു. അക്കാരണത്താൽ കലാലയത്തെ മോർച്ചറിയുടെ നിശ്ശബ്ദതയിലേക്ക് വലിച്ചെറിയാൻ ആഗ്രഹിക്കുന്നവരോട് ശക്തിയായി കലഹിക്കേണ്ടിവരുന്നു. വിദ്യാർത്ഥി രാഷ്ട്രീയത്തിന്റെ സുഗമമായ മുന്നോട്ടുപോക്കിന് വിഘാതം ഉണ്ടാകുകയാണെങ്കിൽ വിദ്യാർത്ഥികളുടെ യോജിച്ച പോരാട്ടമാണ് അഭികാമ്യം

# ഗവേഷണത്തിന്റെ ഭാവി

**അ**റിവുകൾക്കായുള്ള ശാസ്ത്രീയ പഠനവും ഗവേഷണവും അദ്ധ്യാപനവും വിജ്ഞാന വ്യാപനവുമാണ് ഒരു സർവ്വകലാശാലയുടെ ധർമ്മം. നിലവിലുള്ള അറിവുകളെ വിമർശന വിധേയമാക്കിയും പുതിയ മേഖലകൾ കണ്ടെത്തിയും സമത്വപൂർണ്ണവും സൗന്ദര്യവുമുള്ള സമൂഹ സൃഷ്ടിയ്ക്കുവേണ്ടി അവ നിലകൊള്ളുന്നു. പ്രമുഖ വിദ്യാഭ്യാസ വിചക്ഷണൻ പ്രൊഫസർ യശ്പാൽ അദ്ധ്യക്ഷനായ സമിതി കേന്ദ്രസർക്കാരിനു (2009) നല്കിയ റിപ്പോർട്ടിൽ ഉൾപ്പെട്ട രണ്ട് നിർദ്ദേശങ്ങൾ ഇവയാണ്; സർവ്വകലാശാലകൾ യഥാർത്ഥ ലോകവുമായി ബന്ധം പുലർത്തുകയും ഗ്രാമീണ-നാഗരികസമ്പദ് വ്യവസ്ഥകളുടെയും സംസ്കാരത്തിന്റെയും വെല്ലുവിളികൾ നേരിടുന്ന വിധത്തിലുള്ള കഴിവുകൾ വളർത്തുക, സർവ്വകലാശാലകൾക്ക് നല്കുന്ന സാമ്പത്തികസഹായം അവരുടെ വികസനാവശ്യങ്ങൾക്ക് ആനുപാതികമായി വർദ്ധിപ്പിക്കാൻ സ്റ്റേറ്റ് തയ്യാറാവുക. ഇന്ത്യയിലെ ഏറ്റവും മികച്ച സർവ്വകലാശാലകൾ, ഗവേഷണ കേന്ദ്രങ്ങൾ എന്നിവ പൊതു ഉടമസ്ഥതയിൽ ആകയാൽ മേല്പ്പറഞ്ഞ നിർദ്ദേശം ഏറെ പ്രസക്തവുമാണ്. എന്നാൽ വർഷാവർഷം കേന്ദ്രബജറ്റിൽ നിന്ന് വിദ്യാഭ്യാസ മേഖല പുറന്തള്ളപ്പെടുകയാണ്. ബജറ്റിന്റെ 10% വിദ്യാഭ്യാസത്തിന് മാറ്റിവയ്ക്കണം. പക്ഷേ, ഇപ്പോൾ 3.88% മാത്രമാണ് ലഭിച്ചത്. ഉന്നത വിദ്യാഭ്യാസത്തിന് കിട്ടിയത് മുൻ ബജറ്റിനെക്കാൾ 1044.74 കോടി കുറയും. യു ജി സിയ്ക്ക് 32% വും ശാസ്ത്ര ഗവേഷണത്തിന് 25% തുകയും കുറച്ചു. അക്കാദമിക രംഗത്തെ ആർജ്ജിത നേട്ടങ്ങൾ നിലനിർത്താനോ മുന്നോട്ടു കൊണ്ടുപോവാനോ ഈ വിഹിതം ഒട്ടും പര്യാപ്തമല്ല. ഗവേഷണ പ്രോജക്ടുകളുടെ നില പരുങ്ങലിലാവും. ഫലപ്രദമായ ഗവേഷണവും വൈവിദ്ധ്യപൂർണ്ണമായ വിഷയങ്ങളിലെ പഠനവും നടക്കുന്നില്ലെങ്കിൽ പൊതു സർവ്വകലാശാലകളുടെ ഭാവി അനിശ്ചിതത്വ

ത്തിലാവും. ഗവേഷണ രംഗത്ത് പൊതുവെയും ഇന്റർ ഡിസിപ്ലിനറി വിഷയങ്ങളിൽ പ്രത്യേകിച്ചും നമുക്ക് മുന്നേറാൻ കഴിയില്ല. അന്താരാഷ്ട്ര തലത്തിൽ ഈ മേഖലയിലെ ചൈനയുടെ സംഭാവന 19%വും ഇന്ത്യയുടേത് 3.5% മാത്രവുമാണെന്ന് റിപ്പോർട്ടുകൾ സൂചിപ്പിക്കുന്നു. ഉന്നതവിദ്യാഭ്യാസമേഖലയിൽ നിന്ന് സ്റ്റേറ്റ് പിന്മാറുന്നുവെന്നത് ഈ രംഗത്തെ ഗുരുതരാവസ്ഥയാണ്.

കേരളത്തിലെ സർവ്വകലാശാലകൾ നേരിടുന്ന അക്കാദമിക പ്രതിസന്ധി തീരെ ചെറുതല്ല. പ്രശസ്തമായ പഠനവകുപ്പുകൾ, അദ്ധ്യാപകർ, ഗവേഷകർ എന്നിവരുടെ വിലപ്പെട്ട സംഭാവനകളെ വേണ്ടവിധം പ്രോത്സാഹിപ്പിക്കാൻ സർക്കാരിനാവുന്നില്ല. കടുത്ത അവഗണനയാണ് അധികാരികളിൽ നിന്ന് അവർ നേരിടുന്നത്. സ്വകാര്യ കോളേജുകൾക്കും ഓഫ് കാമ്പസ് സെന്ററുകൾക്കും അനുമതി കൊടുക്കുക എന്ന കാര്യത്തിൽ മാത്രമാണ് വൈസ് ചാൻസിലർമാർക്കും അവരെ പിന്തുണയ്ക്കുന്ന സർവ്വകലാശാല ഭരണസമിതികൾക്കും കൂടുതൽ താല്പര്യം. കഴിവും പ്രാഗത്ഭ്യവുമുള്ള ഗവേഷകരെ തെരഞ്ഞെടുക്കാൻ ദേശീയ പരീക്ഷകളോ (NET,CSIR, GATE) സർവ്വകലാശാല യോഗ്യത പരീക്ഷയോ (Ph.D Entrance Test) എം ഫിൽ കോഴ്സോ ആണ് മാനദണ്ഡം. ബിരുദാനന്തര ബിരുദ പരീക്ഷയിൽ 55% മാർക്ക് നിർബ്ബന്ധം. നല്ലൊരു മാർഗ്ഗ നിർദ്ദേശകനെ (Guide) ലഭിക്കുകയും വേണം. അദ്ദേഹത്തിന് ഒപ്പം സീറ്റില്ലെങ്കിൽ ഒഴിവ് വരുംവരെ കാത്തിരിക്കണം. അല്ലെങ്കിൽ പുതിയ ആളെ അന്വേഷിക്കണം. ഈ കടമ്പകളൊക്കെ കടന്നുവേണം ഗവേഷണം ആരംഭിക്കാൻ. വർഷങ്ങളുടെ കാത്തിരിപ്പോ കഠിന പ്രയത്നമോ ഇല്ലാതെ അതിന് കഴിയുകയുമില്ല. അന്തർദേശീയ തലത്തിൽ അംഗീകരിക്കപ്പെട്ട രീതിശാസ്ത്രവും സ്വഭാവവും ഗവേഷണത്തിനുണ്ട്. ആധികാരികത, ശാസ്ത്രീയത, സമഗ്രത, ബൗദ്ധികമായ സത്യസന്ധത, വിമർശനപരത, വിലയിരുത്തൽ ശേഷി എന്നിവ ഉണ്ടാവണം. ഗവേഷണ ഫലം സാമൂഹ്യ പുരോഗതിയ്ക്ക് വേണ്ടിയാവണം. അറിവിനെ കുത്തകവല്ക്കരിക്കാനുള്ള നവലിബറൽ നയത്തെ പ്രതിരോധിക്കാനും കഴിയണം.

ഉയർന്ന ശമ്പളത്തിലുള്ള ജോലി ലഭിച്ച/ലഭിക്കാൻ അർഹതയുള്ള അഭ്യസ്തവിദ്യർ അതുപേക്ഷിച്ചാണ് മുഴുവൻ സമയ ഗവേഷണ പാത തെരഞ്ഞെടുക്കുന്നത്. എന്നാൽ അവർ നേരിടുന്ന യാതന വിവരണാതീതമാണ്. ഗവേഷണത്തിന് വേണ്ടിവരുന്ന ചെലവും അത് പരിഹരിക്കാൻ തീർത്തും അപര്യാപ്തമായ ഫെലോഷിപ്പുമാണ് മുഖ്യ പ്രശ്നം. ബഹുഭൂരിപക്ഷംപേർക്കും സർവ്വകലാശാല ഫെലോഷിപ്പാണ് ആശ്രയം. കേന്ദ്ര ഫെലോഷിപ്പ് ലഭിക്കുന്നവരും ഉണ്ട്. ഗവേഷണത്തിനായുള്ള രേഖകൾ, തെളിവുകൾ, പുസ്തകങ്ങൾ എന്നിവ തേടിയും വിഗദ്ധരുമായുള്ള കൂടിക്കാഴ്ച, സെമിനാറുകൾ എന്നിവയ്ക്കായും വിഷയവുമായി ബന്ധപ്പെട്ട സ്ഥാപനങ്ങൾ, ഭൂപ്രദേശങ്ങൾ ഇവ സന്ദർശിക്കാനും യാത്ര-താമസ ചെലവുണ്ട്. പരീക്ഷണ-നിരീക്ഷണ സാമഗ്രികൾ, ഉപകരണങ്ങൾ, പുസ്ത

കങ്ങൾ എന്നിവ വിലകൊടുത്ത് വാങ്ങേണ്ടിവരും. ദേശീയ-അന്തർദേശീയ പ്രസാധനശാലകളുടെ പുസ്തകവില ആയിരങ്ങളാണ്. ചിലത് ഡൗൺലോഡ് (നിയമാനുസൃതം) ചെയ്ത് പ്രിന്റ് എടുക്കാനും ഡി ടി പി, ഫോട്ടോസ്റ്റാറ്റ് എന്നിവയ്ക്കും നല്ല തുകയാവും. സർവ്വകലാശാല ഈടാക്കുന്ന രജിസ്ട്രേഷൻ, അഡ്മിഷൻ, പ്രബന്ധ സമർപ്പണം, മൂല്യ നിർണ്ണയം, ഓപ്പൺ ഡിഫൻസ് ഫീസുകൾ വളരെ ഉയർന്നതാണ്. നല്ല പഠനാന്തരീക്ഷം ഹോസ്റ്റലുകളിൽ ആണല്ലോ. പക്ഷേ, സ്വകാര്യ ഹോസ്റ്റൽ/വീടു വാടക ഇപ്പോൾ ഭീമമാണ്. സർവ്വകലാശാല, സർക്കാർ ഉടമസ്ഥതയിലുള്ള ഹോസ്റ്റൽ-മെസ്സ് ഫീസും ഒട്ടും മോശമല്ല. മേല്പ്പറഞ്ഞവയിൽ ഉൾപ്പെടാത്ത മറ്റു ദൈനംദിന ആവശ്യങ്ങളും ഗവേഷകനുണ്ട്. മുഴുവൻ സമയ ഗവേഷകർ 23 വയസ്സിനു മേലെയുള്ളവരാണ്. മറ്റു തൊഴിലുകളിൽ ഏർപ്പെടാൻ സാധിക്കില്ല. മുതിർന്നവർ എന്ന നിലയിൽ കുടുംബ കാര്യങ്ങളും നോക്കേണ്ടി വരുന്നു. രാഷ്ട്രത്തിനും സമൂഹത്തിനും വേണ്ടി തങ്ങളുടെ നല്ല പ്രായം മാറ്റിവയ്ക്കുന്നവരാണ് ഗവേഷകർ. എന്നാൽ ഭാരിച്ച അക്കാദമിക-ജീവിത ചെലവുകൾക്കായി സർവ്വകലാശാല നല്കുന്ന പ്രതിമാസ ഫെലോഷിപ്പ് തീരെ അപര്യാപ്തമാണ് (കണ്ണൂർ സർവ്വകലാശാല 6000, കാലിക്കറ്റ് 4750-6000, എം ജി - 6000, സംസ്കൃതസർവ്വകലാശാല 4000-5000 കേരള സർവ്വകലാശാല 8000-8500. മറ്റു സർവ്വകലാശാലകളിലും സ്ഥിതി ഇത് തന്നെ). ഈ നിലയിലെങ്കിലും ഫെലോഷിപ്പ് അനുവദിക്കാൻ എണ്ണമറ്റ സമരങ്ങളാണ് വിദ്യാർത്ഥികൾ നടത്തിയത്. ഇതുതന്നെ കൃത്യസമയത്ത് നല്കാതെ ഗവേഷകരെ പീഡിപ്പിക്കുന്ന രീതിയുണ്ട്. മാസങ്ങൾ സെക്ഷനുകളിൽ കയറി ഇറങ്ങേണ്ടി വരുന്നു. പട്ടിക ജാതി- പട്ടികവർഗ്ഗ വിഭാഗക്കാർക്ക് ലഭിക്കുന്ന സംസ്ഥാന ഫെലോഷിപ്പും കുടിശ്ശിക വരുത്തുന്നു. പുതുതായി ഗവേഷണത്തിനായുള്ള അപേക്ഷ ക്ഷണിക്കാതെയും ഗവേഷണം തുടങ്ങണമെങ്കിൽ ഫെലോഷിപ്പ് വേണ്ട എന്ന് എഴുതി നല്കണമെന്നും നിർദ്ദേശിച്ച സർവ്വകലാശാലകൾ വരെ ഇവിടെയുണ്ട്. സാങ്കേതിക കാരണം പറഞ്ഞ് സർവ്വകലാശാലകളുടെ പ്ലാൻ ഫണ്ട് പോലും തടഞ്ഞുവയ്ക്കുന്ന സർക്കാർ നയവും കുറ്റകരം തന്നെ. സാമ്പത്തിക ഞെരുക്കത്തിനിടയിൽ പഠനം പാതി വഴിയിൽ മുടങ്ങുകയോ ശരിയായ ഗവേഷണം നടക്കാതിരിക്കുകയോ കടബാദ്ധ്യതയിൽ പെട്ട് ഗവേഷകർ ആത്മഹത്യയ്ക്ക് ഇറങ്ങി പുറപ്പെടുകയോ ചെയ്താൽ ആര് മറുപടി പറയും?

ദേശീയ പരീക്ഷകളിൽ അസാമാന്യ വൈഭവവം തെളിയിക്കുന്ന മിടുമിടുക്കരാണ് കേന്ദ്ര ഫെലോഷിപ്പുകൾക്ക് അർഹരാവുക. കൂടാതെ പട്ടിക ജാതി-പട്ടിക വർഗ്ഗ/ന്യൂനപക്ഷ/ഒ ബി സി വിഭാഗം അപേക്ഷകരുടെ പ്രബന്ധ സംഗ്രഹം ദേശീയ തലത്തിൽ വിലയിരുത്തി പ്രത്യേക ഫെലോഷിപ്പ് അനുവദിക്കും. ഇവയെല്ലാം ഗവേഷകരിൽ എത്തുന്നത് സർവ്വകലാശാലകൾ വഴിയാണ്. ഈ തുക തട്ടിപ്പറിച്ച് മറ്റാവശ്യങ്ങൾക്ക് ചെലവാക്കുന്ന സ്ഥാപനങ്ങളുമുണ്ട്. പ്രതിമാസം 18000 രൂപയായിരുന്നു ഫെലോ

ഷിപ്പ്-എസ് എഫ് ഐ ഉൾപ്പെടെയുള്ള സംഘടനകളുടെയും ജനപ്രതി നിധികളുടെയും ശ്രമഫലമായി ഇപ്പോൾ 25000 രൂപയായി വർദ്ധിച്ചു. പക്ഷേ, കൃത്യസമയത്ത് ഇത് ലഭ്യമാക്കാനുള്ള നടപടി സർവ്വകലാശാല കൈക്കൊള്ളുന്നില്ല. സാമൂഹികമായി ദുർബ്ബലാവസ്ഥ നേരിടുന്ന വിഭാ ഗക്കാരെ അക്കാദമിക രംഗത്ത് കൈ പിടിച്ചുയർത്താനായി അനുവദി ക്കുന്ന ധനസഹായം പോലും അട്ടിമറിക്കുന്നത്, മനുഷ്യത്വരഹിതമാണ്.

പ്രാദേശിക-അന്താരാഷ്ട്ര തൊഴിലവസരങ്ങൾ വിനിയോഗിക്കാൻ കഴിയും വിധം ഉന്നത വിദ്യാഭ്യാസം പരിഷ്ക്കരിച്ചും ജനപക്ഷ വികസന ത്തിന് ഇണങ്ങുന്ന ബൗദ്ധിക മൂലധനം ഉല്പാദിപ്പിച്ചുമാണ് നാം മുന്നോട്ട് പോവേണ്ടത്. ഗുണനിലവാരം, തുല്യത, പ്രാപ്യത, സാമൂഹിക-സാമ്പ ത്തിക തലത്തിൽ പിന്നോക്കാവസ്ഥ അനുഭവിക്കുന്നവർക്ക് പരിഗണന- ഇപ്രകാരം ഉന്നത വിദ്യാഭ്യാസ നയം രൂപകല്പന ചെയ്യണമെന്ന നിർദ്ദേശം പ്രധാനമാണ്. ഗവേഷണത്തെ മുഖ്യപ്രവർത്തനമായി ഭരണാ ധികാരികൾ കാണുന്നില്ലെങ്കിൽ ധൈഷണിക രംഗം കൂടുതൽ ശോഷി ക്കും. കേന്ദ്ര-സംസ്ഥാന സർക്കാരുകളുടെ ഗവേഷണ ആവശ്യങ്ങൾ അറി യിക്കുകയും അതിനുകൂടി സഹായകമാവുന്ന ഗവേഷണ പ്രവർത്തനം ആസൂത്രണം ചെയ്യാൻ സർവ്വകലാശാലകൾക്ക് കഴിയണമെന്ന നിർദ്ദേ ശവും ഉയർന്നിട്ടുണ്ട്. ഇത് പ്രാദേശികവും സംസ്ഥാനതലത്തിലുമുള്ള വികസന സാദ്ധ്യതകളെ വിപുലീകരിക്കും.

ശരിയായ ഗവേഷണത്തിനും ഗവേഷകരുടെ പ്രശ്നങ്ങൾ പരിഹരി ക്കുന്നതിനുമായി സർക്കാരും സർവ്വകലാശാലയും അടിയന്തിരമായി നട പ്പാക്കേണ്ട കാര്യങ്ങൾ ചുവടെ ചേർക്കുന്നു.

1. സർവ്വകലാശാല ഫെലോഷിപ്പുകൾ ഉടൻ പരിഷ്ക്കരിക്കുക. കേന്ദ്ര ഫെലോഷിപ്പിന്റെ 75% തുകയെങ്കിലും (കുറഞ്ഞത് പ്രതിമാസം 18750 രൂപ) സർവ്വകലാശാലാ ഫെലോഷിപ്പ് നല്കുക. യു ജി സി നിഷ്ക്കർഷിക്കുന്ന ഗവേഷണകാലം 5 വർഷം ആയതിനാൽ ഫെലോഷിപ്പ് കാലാവധിയും 5 വർഷം ആയി വർദ്ധിപ്പിക്കുക.
2. യു ജി സി-സി എസ് ഐ ആർ, കേന്ദ്ര ഏജൻസികൾ നല്കുന്ന മറ്റു സമാന ഫെലോഷിപ്പുകൾ, പട്ടികജാതി-വർഗ്ഗ വിഭാഗത്തിനുള്ള രാജീവ് ഗാന്ധി ഫെലോഷിപ്പ്, ന്യൂനപക്ഷത്തിനായുള്ള മൗലാന ആസാദ് ഫെലോഷിപ്പ്, ഒ ബി സി ഫെലോഷിപ്പ് എന്നിവ സമയബ ന്ധിതമായി വിതരണം ചെയ്യുക.
3. സർവ്വകലാശാലകളിലും അഫിലിയേറ്റഡ് കോളേജുകൾ, ഇതര സ്ഥാപനങ്ങൾ എന്നിവിടങ്ങളിലും ഗവേഷണത്തിനുള്ള ഭൗതിക സാഹചര്യം വികസിപ്പിക്കുക. ലൈബ്രറി വിപുലപ്പെടുത്തുക. സയൻസ് വിഷയങ്ങളിൽ ദേശീയ-അന്തർദേശീയ നിലവാരമുള്ള അത്യാധുനിക ലബോറട്ടറികൾ സ്ഥാപിക്കുക. ഗവേഷകർക്ക് പ്രത്യേക ബ്ലോക്ക്, ഇരിപ്പിടങ്ങൾ, വിശ്രമ മുറികൾ, കമ്പ്യൂട്ടർ, ഫർണി ച്ചർ എന്നിവ അനുവദിക്കുക.

4. എല്ലാ സർവ്വകലാശാലകളിലും യു ജി സി നിഷ്കർഷിക്കുന്ന അടിസ്ഥാന സൗകര്യങ്ങളോട് കൂടിയ റിസർച്ച് ഹോസ്റ്റൽ നിർമ്മിക്കുക. സ്ഥലപരിമിതിയുള്ള കേരള, സംസ്കൃത, കാലിക്കറ്റ്, റിസർച്ച് ഹോസ്റ്റലുകളോട് ചേർത്ത് പുതിയ കെട്ടിടം നിർമ്മിക്കുക.
5. കോഴ്സ് വർക്ക് പരീക്ഷയ്ക്കായുള്ള കോഴ്സ് നടത്തുക. ഗവേഷകർക്ക് കണ്ടിജൻസി ഗ്രാൻഡും ഡ്യൂട്ടി ലീവും അനുവദിക്കുക.
6. ഗൈഡുമാരുടെ ലഭ്യതക്കുറവ് പരിഹരിക്കുക. ഗൈഡ്-ഗവേഷക ബന്ധം കൂടുതൽ ജനാധിപത്യവല്ക്കരിക്കുക.
7. സർവ്വകലാശാലകളിലെ റിസർച്ച് സെക്ഷൻ കൂടുതൽ കാര്യക്ഷമമാക്കുക. ഗവേഷണ രംഗത്ത് അനുഭവപരിചയമുള്ളവരെ മാത്രം നിയോഗിക്കുക. യു ജി സി സെൽ പ്രവർത്തനക്ഷമമാക്കുക. ദേശീയ-സംസ്ഥാന സ്കോളർഷിപ്പുകൾ, ഗവേഷക വിനിമയ പരിപാടികൾ, പ്രോജക്റ്റുകൾ എന്നിവയെ സംബന്ധിച്ച വിവരം യഥാസമയം ലഭ്യമാക്കും വിധത്തിൽ സെല്ലിനെ ആധുനികവല്ക്കരിക്കുക. പരാതി പരിഹാര ഫോറം കാര്യക്ഷമമാക്കുക.
8. സ്വകാര്യ-സ്വാശ്രയ സ്ഥാപനങ്ങൾക്ക് റിസർച്ച് സെന്ററുകൾ അനുവദിക്കാനുള്ള നീക്കം ഉപേക്ഷിക്കുക.
9. എല്ലാ എംഫിൽ വിദ്യാർത്ഥികൾക്കും മാന്യമായ ഫെലോഷിപ്പ് നല്കുക. മുഴുവൻ സർവ്വകലാശാലകളും ഇത് നടപ്പാക്കുക.
10. ഗവേഷക ഗ്രാന്റ് മറ്റു കാര്യങ്ങൾക്ക് ചെലവാക്കില്ല എന്ന് ഉറപ്പുവരുത്തുക.

അനുബന്ധം

# ഉന്നതവിദ്യാഭ്യാസത്തിന്റെ പുനഃസംഘാടനത്തിൽ വിദ്യാർത്ഥികളുടെ പങ്ക്

## (ഉന്നതവിദ്യാഭ്യാസ കമ്മീഷന്റെ പഠന റിപ്പോർട്ടിൽ നിന്ന്)

ഉന്നത വിദ്യാഭ്യാസരംഗത്തെ വിദ്യാർത്ഥികളുടെ പങ്കിനെക്കുറിച്ചുള്ള ഏതൊരു ചർച്ചയും ആരംഭിക്കേണ്ടത് 'വിദ്യാഭ്യാസം ആർക്കുവേണ്ടി' എന്ന ചോദ്യത്തിൽ നിന്നായിരിക്കണം. ഇന്ന് വിദ്യാഭ്യാസരംഗത്തെക്കുറിച്ചുള്ള മിക്കവാറും ചർച്ചകൾ കേന്ദ്രീകരിക്കുന്നത് അദ്ധ്യാപക അദ്ധ്യാപകേതര ജീവനക്കാർക്കുള്ള പ്രശ്നങ്ങളെക്കുറിച്ചായതിനാൽ, വിദ്യാഭ്യാസത്തിന്റെ മുഖ്യവിഷയവും ലക്ഷ്യവുമായ വിദ്യാർത്ഥി പാർശ്വവല്ക്കരിക്കപ്പെടുന്നു. വിശാലമായ വിദ്യാർത്ഥി സമൂഹത്തിലെ ഒരു അംഗവും വ്യക്തിയുമെന്ന നിലയിൽ അക്കാദമിക വിഷയങ്ങളിൽ മാത്രമല്ല, സമൂഹത്തെ സംബന്ധിക്കുന്ന വിഷയങ്ങളിലും വിദ്യാർത്ഥിക്ക് നിർണ്ണായകമായ ഒരു പങ്കാണ് നിർവ്വഹിക്കാനുള്ളത്. ഒരു വ്യക്തിയെന്ന നിലയിൽ വിദ്യാർത്ഥിയുടെ പ്രാഥമിക കടമ പഠിക്കുകയാണെങ്കിൽ, ജനാധിപത്യപരമായി തിരഞ്ഞെടുക്കപ്പെട്ട വിദ്യാർത്ഥി സമിതികളും വിദ്യാർത്ഥി സംഘടനകളും വിദ്യാഭ്യാസം ക്രിയാത്മകമായി നടത്തിക്കൊണ്ടുപോകുന്ന ഒരു സാഹചര്യം സൃഷ്ടിക്കുന്നതിനായി പ്രവർത്തിക്കണം.

ചരിത്രപരമായിത്തന്നെ സംസ്ഥാനത്തെ വിദ്യാർത്ഥി പ്രസ്ഥാനങ്ങൾ, വിദ്യാഭ്യാസത്തിന് തുല്യത, വിദ്യാർത്ഥി സമൂഹത്തിന്റെ ജനാധിപത്യാവകാശങ്ങൾ, വിദ്യാഭ്യാസ വ്യവസ്ഥയുടെ ജനാധിപത്യവല്ക്കരണം എന്നിവക്കുവേണ്ടിയുള്ള പോരാട്ടത്തിന്റെ മുൻനിരയിൽത്തന്നെ നിലനിന്നിട്ടുണ്ട്. എന്തൊക്കെയാണ് വിദ്യാർത്ഥി പ്രസ്ഥാനങ്ങൾക്ക് നേടിയെടുക്കാനായതെന്നും ഇനിയെന്തൊക്കെത്തരത്തിലാണ് മുന്നേറേണ്ടത് എന്നതും സംബന്ധിച്ച് വിദ്യാർത്ഥി പ്രസ്ഥാനങ്ങൾക്കിടയിൽ ഒരു ആത്മപരിശോധന ആവശ്യമുണ്ടെന്ന് കരുതുന്നു.

വിദ്യാഭ്യാസത്തിന്റെ രാഷ്ട്രീയത്തെക്കുറിച്ച് വിദ്യാർത്ഥി സംഘടന

കൾ കൂടുതൽ നല്ലൊരു കാഴ്ചപ്പാട് വികസിപ്പിച്ചെടുക്കേണ്ടതുണ്ടെന്ന് തോന്നുന്നു. സമൂഹത്തിനും ഏറ്റവും ചലനാത്മകമായ വിഭാഗത്തെ പ്രതിനിധീകരിക്കുന്നവരെന്ന നിലയിൽ വിദ്യാർത്ഥി സംഘടനകൾക്കും അക്കാദമിക അജണ്ട പുനഃസംഘടിപ്പിക്കുന്നതിൽ ഒരു നിർണ്ണായക പങ്ക് നിർവ്വഹിക്കാനുണ്ട്. ഇത് ഉറപ്പാക്കുന്നതിനായി വിദ്യാർത്ഥി സംഘടനാ പ്രവർത്തനം കൂടുതൽ അക്കാദമിക ബന്ധിതമാക്കിത്തീർക്കേണ്ടതാണ്.

വിദ്യാഭ്യാസത്തിന്റെ ജനാധിപത്യവല്ക്കരണം എന്നാൽ അക്കാദമിക സ്ഥാപനങ്ങളെ ജനാധിപത്യവല്ക്കരിക്കൽ മാത്രമല്ല വിദ്യാർത്ഥി സമൂഹത്തിനിടയിൽ കൂടുതൽ ജനാധിപത്യബോധമുള്ള വാക്കുകൂടെയാണ്. വിദ്യാർത്ഥികൾ സമൂഹത്തിലെ വ്യത്യസ്ത ജനവിഭാഗങ്ങൾ എടുത്തിട്ടുള്ള നിലപാടുകളെയും വീക്ഷണത്തെയും കുറിച്ച് വിമർശനാത്മകമായ ഒരു കാഴ്ചപ്പാട് വികസിപ്പിച്ചെടുക്കണമെന്നാണ് പ്രതീക്ഷിക്കുന്നത്. അതിനാൽ വിദ്യാർത്ഥികൾക്ക് അവർ അംഗമായിട്ടുള്ള സമൂഹവുമായി തുടർച്ചയായതും അടുത്തതുമായ ആശയവിനിമയം ഉണ്ടായിരിക്കണം. ഇതാണ് വിദ്യാർത്ഥികൾക്ക് രാഷ്ട്രീയമായ ആത്മപ്രകാശനത്തിന് അവസരമുണ്ടാക്കുക.

വിദ്യാർത്ഥി സംഘടനകളുടെ ഒരു പ്രധാന ലക്ഷ്യം വിദ്യാർത്ഥി സമൂഹത്തിൽ ജനാധിപത്യപരമായ അവബോധം വികസിപ്പിക്കുക എന്നതായിരിക്കണം. വിദ്യാർത്ഥികളെ പഠിപ്പിക്കുന്നതോടൊപ്പംതന്നെ സംഘടനകൾ വിദ്യാർത്ഥികളിൽ നിന്നും പഠിക്കാൻ തയ്യാറാവണം. വിദ്യാർത്ഥി സംഘടനകൾക്കിടയിൽ സജീവവും ജൈവവത്തായതുമായ ഒരു ബന്ധം നിലനില്ക്കണം.

ഉന്നത വിദ്യാഭ്യാസത്തിലെ ജനാധിപത്യവല്ക്കരണം യഥാർത്ഥത്തിൽ ആശ്ലേഷിക്കേണ്ടത് അക്കാദമിക സമിതികളെയാണ്. അക്കാദമിക സമിതികൾ ജനാധിപത്യപരമായാണ് പ്രവർത്തിക്കുന്നത് എന്ന് ഉറപ്പുവരുത്തേണ്ടത് സർവ്വപ്രധാനമായ ഒരു കാര്യമാണ്. അക്കാദമിക സ്ഥാപനങ്ങളുടെ പ്രവർത്തനം കൂടുതൽ നല്ലൊരു ജനാധിപത്യ പ്രക്രിയയിലൂടെയാണ് നടന്നുവരുന്നതെന്ന് ഉറപ്പുവരുത്തുന്നതിനായി വിദ്യാർത്ഥി സംഘടനകൾ പ്രവർത്തിക്കണം.

വിവിധ, സർവ്വകലാശാലാ സമിതികളിൽ ഇപ്പോൾ പ്രധാനശ്രദ്ധ ലഭിക്കുന്നത് അക്കാദമികേതരവിഷയങ്ങൾക്കാണ്. ഈ സമിതികളുടെ പ്രവർത്തനത്തിൽ സമൂഹത്തിലെ വിവിധ ജനവിഭാഗങ്ങളുടെ (സ്ത്രീകൾ, പാർശ്വവത്കൃത സമൂഹങ്ങൾ മുതലായവർ) പ്രാതിനിധ്യമുണ്ടെങ്കിലും അവയുടെ പ്രവർത്തനം സമൂഹത്തിന്റെ പ്രതീക്ഷക്കൊത്ത് ഉയരുന്നില്ല. ഈ ചർച്ചകളിലൊന്നുംതന്നെ വിദ്യാർത്ഥി പ്രസ്ഥാനത്തിന്റെ താല്പര്യങ്ങൾക്ക് ആവശ്യമായത്ര പരിഗണന ലഭിക്കുന്നില്ല. ഇത് മറികടക്കുന്നതിനായി വിദ്യാർത്ഥി പ്രതിനിധികളും അതോടൊപ്പം തന്നെ വിദ്യാർത്ഥിസംഘടനകളും ഇത്തരം സമിതികളുടെ മുഖ്യ അജണ്ടയിൽ അക്കാദമിക് വിഷയങ്ങൾ ഉയർത്തിക്കൊണ്ടുവരുന്നതിനായി പരിശ്രമി

ക്കണം. അവർ ബോധപൂർവ്വം ഈ വിഷയങ്ങൾ ശരിയായവണ്ണം ചർച്ചയിൽ ഉന്നയിക്കണം. അക്കാദമിക വിഷയങ്ങൾ ചർച്ച ചെയ്യുന്നതിനായി വിദ്യാർത്ഥികൾ അവരുടെതന്നെ വേദികൾ സ്ഥാപിക്കണം. അവർ അവരുടെതന്നെ കാഴ്ചപ്പാടുകൾ രൂപീകരിക്കുകയും അവ സർവ്വകലാശാല അധികാരികളുമായി ചർച്ച ചെയ്യുകയും വേണം. അക്കാദമിക സമിതികളിൽ വിദ്യാർത്ഥി പ്രതിനിധികളുടെ പ്രകടനത്തെ വിദ്യാർത്ഥി സംഘടനകൾ സ്വയം വിമർശനപരമായി ചർച്ച ചെയ്യുന്നതിന് തയ്യാറാകണം. സംഘടനകൾ വിദ്യാർത്ഥി പ്രതിനിധികളെ വിദ്യാഭ്യാസ വിഷയങ്ങൾ ചർച്ച ചെയ്യുന്നതിന് പ്രാപ്തരാക്കുകയും അവർക്ക് സർവ്വകലാശാല നിയമങ്ങളും ചട്ടങ്ങളുമൊക്കെ മനസ്സിലാക്കിക്കൊടുത്ത് അവരെ ചർച്ചയിൽ പങ്കാളിയാവുന്നതിന് പ്രാപ്തരാക്കുകയും വേണം.

വിദ്യാർത്ഥി സമൂഹത്തിന്റെ ജനാധിപത്യപരമായി തെരഞ്ഞെടുക്കപ്പെട്ട സമിതികൾ ഇന്ന് മുഖ്യമായും ഏർപ്പെട്ടിരിക്കുന്നത്, യൂണിയൻ ഉദ്ഘാടനം അതുമായി ബന്ധപ്പെട്ട വിവിധക്ലാസുകൾ, ഉത്സവങ്ങൾ കോളേജ് ദിനാഘോഷം സെമിനാറുകളുടെ/ശില്പശാലകളുടെ നടത്തിപ്പ് എന്നിവയിലാണ്. ഈ സമിതികളുടെ പ്രവർത്തനത്തിൽ ജനാധിപത്യം വികേന്ദ്രീകരണം വൈവിദ്ധ്യം എന്നിവ കൊണ്ടുവരണം.

ജനാധിപത്യം തെരഞ്ഞെടുപ്പു പ്രക്രിയയിൽ മാത്രമായി അവസാനിക്കരുത്. യൂണിയനുകളുടെ പ്രവർത്തനം കൂടുതൽ ജനാധിപത്യപരമാക്കുവാൻ കഴിയണം. യൂണിയന്റെ പ്രധാന തീരുമാനങ്ങൾക്ക് ജനറൽ ബോഡിയുടെ കൂടെ (ഇതിൽ എല്ലാ വിദ്യാർത്ഥികളും ഉൾപ്പെടും) അംഗീകാരം ഉണ്ടാവണം. അക്കാദമിക വർഷത്തിൽ ഒരിക്കലെങ്കിലും ജനറൽ ബോഡി വിളിച്ചുചേർത്തിരിക്കണം.

കോളേജ് യൂണിയന്റെയും സർവ്വകലാശാലയൂണിയന്റെയും പ്രവർത്തനങ്ങൾ വികേന്ദ്രീകരിക്കണം. ആർട്സ് ക്ലബ്, നാടകക്ലബ്, സംഗീതക്ലബ്, സ്പോർട്സ് ക്ലബ്, ഡിബേറ്റ് ക്ലബ്, ഫിലിം ക്ലബ്, സാഹിത്യ ക്ലബ്, പരിസ്ഥിതി ക്ലബ് മുതലായവയ്ക്ക് കൂടുതൽ അധികാരം നല്കണം. പുറമെനിന്നുള്ള വിദഗ്ദ്ധരുമായുള്ള സംവാദം പ്രോത്സാഹിപ്പിക്കണം.

ഡിപ്പാർട്ടുമെന്റ് അസോസിയേഷനുകളിലൂടെ കോളേജ് യൂണിയനുകളുടെ അക്കാദമിക പ്രവർത്തനങ്ങൾ സംഘടിപ്പിക്കണം. ഈ അസോസിയേഷനുകൾ വിവിധ ഡിപ്പാർട്ടുമെന്റുകളുടെ പ്രവർത്തനങ്ങൾക്ക് അനുപൂരകമായി പ്രവർത്തിക്കണം. അസോസിയേഷനുകളുടെ പ്രവർത്തനങ്ങളിൽ അദ്ധ്യാപക സമൂഹത്തിന്റെ അക്കാദമിക സംഭാവനകൾ ഉറപ്പുവരുത്തണം. ഡിപ്പാർട്ടുമെന്റ് അസോസിയേഷനുകളുടെ പ്രവർത്തനത്തിൽ താഴെപ്പറയുന്ന കാര്യങ്ങൾ ഉൾക്കൊള്ളിക്കണം.

എ. ഉയർന്നുവരുന്ന വിഷയങ്ങളെ സംബന്ധിച്ച് അതുമായി ബന്ധപ്പെട്ട പ്രദേശങ്ങളിൽ തന്നെ ചർച്ചകൾ, സംവാദങ്ങൾ, ശില്പശാലകൾ, സെമിനാറുകൾ എന്നിവ കൃത്യമായ ഇടവേളകളിൽ നടത്തുക.

ബി. സ്ഥിരമായ അടിസ്ഥാനത്തിൽ വിദ്യാർത്ഥികളുടെ അവതരണങ്ങൾ നടത്തുക. വിഷയം സിലബസിനകത്തുള്ളതോ പുറമെനിന്നുള്ളതോ ആവാം.

സി. വിജ്ഞാനം പങ്കുവെക്കുന്നതിനെ ഡിപ്പാർട്ടുമെന്റ് അസോസിയേഷനുകൾ തമ്മിലുള്ള കൊടുക്കൽ വാങ്ങലുകളും പ്രോത്സാഹിപ്പിക്കണം. സീനിയർ വിദ്യാർത്ഥികളും ജൂനിയർ വിദ്യാർത്ഥികളും തമ്മിലുള്ള കൊടുക്കൽ വാങ്ങലുകളും പ്രോത്സാഹിപ്പിക്കണം.

## വിദ്യാർത്ഥി യൂണിയൻ പ്രവർത്തനങ്ങളിൽ താഴെ പറയുന്നവ കൂടെ ഉൾപ്പെടുത്തണം

എ. അദ്ധ്യാപകരുടെ സഹായത്തോടെ പരീക്ഷയിൽ വിജയിച്ച് പുറത്തുപോകുന്ന വിദ്യാർത്ഥികൾക്ക് നിയമനം ഏർപ്പെടുത്തിക്കൊടുക്കുക.

ബി. വ്യക്തികൾ തമ്മിലുള്ള ബന്ധംപോലുള്ള അടിസ്ഥാനവിഷയങ്ങളിൽ വിദ്യാർത്ഥികൾക്ക് ഇടയിൽ ബോധവല്ക്കരണം നടത്തുക, ആശയവിനിമയശേഷി, പ്രഥമശുശ്രൂഷ, മനശാസ്ത്രം, സംരംഭകത്വം സാധാരണ ഗൃഹോപകരണങ്ങളുടെ കേടുപാടുതീർക്കൽ, കണക്കെഴുത്ത്, ടെലഫോൺ മര്യാദകൾ എന്നിവ ഇതിൽ ഉൾപ്പെടുത്താവുന്നതാണ്.

സി. രക്തദാനഫോറങ്ങൾ രൂപീകരിക്കുക

ഡി. വ്യവസായങ്ങളുമായി അക്കാദമിക കൊടുക്കൽ വാങ്ങലുകൾ ഏർപ്പാടാക്കുക.

ഇ. കേരള കലയും സംസ്കാരവും സംബന്ധിച്ച ആസ്വാദന പരിപാടികൾ സംഘടിപ്പിക്കുക.

വിദ്യാർത്ഥികളുടെ സ്വാഭാവിക പ്രശ്നങ്ങൾ, ന്യായമായ അവകാശങ്ങൾ എന്നിവയുടെ കാര്യത്തിൽ മുൻകൈ എടുക്കുന്നവരായി ഉയർന്നുവരാൻ വിദ്യാർത്ഥി സംഘടനകൾക്ക് കഴിയണം. അവരുടെ പ്രത്യയശാസ്ത്രവിഷയങ്ങളോടൊപ്പം തന്നെ അടിസ്ഥാനസൗകര്യക്കുറവ്, ആവശ്യമായത്ര അദ്ധ്യാപകരെ നിയമിക്കാതിരിക്കുക, ഹോസ്റ്റൽ സൗകര്യത്തിന്റെ അപര്യാപ്തത, ആവശ്യമായ ലൈബ്രറി സൗകര്യമില്ലായ്മ, ഐ ടി ഉപകരണങ്ങളിലെ അഭിഗമ്യതക്കുറവ്, ഫലപ്രഖ്യാപനം വൈകൽ, പരീക്ഷാസമ്പ്രദായത്തിലെ സുതാര്യതക്കുറവ് ഏകപക്ഷീയത മുതലായവ സർവ്വകലാശാല/ കോളേജുതലവിഷയങ്ങൾക്കും പ്രാധാന്യം കൊടുക്കൽ എന്നിവയ്ക്കെല്ലാം വിദ്യാർത്ഥി സംഘടനകൾ തയ്യാറാവണം. അദ്ധ്യാപകരുടെ ഹാജരില്ലായ്മ, തയ്യാറെടുപ്പില്ലാതെ പഠിപ്പിക്കൽ, അദ്ധ്യാപകരുടെ സ്വകാര്യ ട്യൂഷൻ എന്നിങ്ങനെ അദ്ധ്യാപനത്തിന്റെ ഗുണമേന്മയെ ബാധിക്കുന്ന വിഷയങ്ങളും അവർ ഏറ്റെടുക്കണം.

വിദ്യാർത്ഥി സമൂഹവും പൊതുസമൂഹവും തമ്മിൽ അടുത്ത് ഇടപഴകുന്നതിന് അവസരമൊരുക്കണം. പ്രാദേശിക സമൂഹം അനുഭവിച്ചു

വരുന്ന ചില പ്രശ്നങ്ങളെങ്കിലും പരിഹരിക്കുന്നതിൽ നേതൃത്വപരമായ പങ്ക് നിർവ്വഹിക്കുന്നതിന് യൂണിവേഴ്സിറ്റി യൂണിയനും കോളേജ് യൂണിയനും കഴിയും. വികേന്ദ്രീകൃതാസൂത്രണ പ്രക്രിയയിൽ അത്തരം പ്രവർത്തനങ്ങൾക്കുള്ള സാദ്ധ്യത ഏറെയാണ്. ചെറുകിട ഗവേഷണ പ്രോജക്ടുകളും പ്രവർത്തനപദ്ധതികളുമൊക്കെ രൂപപ്പെടുത്താവുന്നതാണ്. ഉദാഹരണത്തിന് ഹിസ്റ്ററി അസോസിയേഷൻ അടുത്തുള്ള ഗ്രാമങ്ങളുടെയോ പട്ടണങ്ങളുടെയോ ചരിത്രം എഴുതുകയും ബോട്ടണി അസോസിയേഷൻ അടുത്തുള്ള ജൈവവൈവിദ്ധ്യങ്ങളെക്കുറിച്ച് തിരിച്ചറിയൽ നടത്തുകയും ചെയ്യാവുന്നതാണ്. തൊട്ടടുത്തുള്ള പ്രദേശത്തിന്റെ മുക്കുംമൂലയും അറിയാവുന്ന വിദ്യാർത്ഥികൾക്ക് സൂക്ഷ്മതല ആസൂത്രണത്തിൽ വലിയ പങ്കു വഹിക്കാനാവും. അത് വിദ്യാർത്ഥികളുടെ നിർമ്മാണാത്മകശേഷി വർദ്ധിപ്പിക്കുന്നതിനെയും സഹായിക്കും. തീർച്ചയായും ഇക്കാര്യത്തിൽ അദ്ധ്യാപകസമൂഹത്തിന്റെ ക്രിയാത്മകമായ പങ്കാളിത്തം ആവശ്യമാണ്.

വിദ്യാഭ്യാസത്തിന്റെ വിവിധമേഖലകളിൽ നടക്കുന്ന മാറ്റങ്ങളെക്കുറിച്ച് വിദ്യാർത്ഥികളെ ബോധവല്ക്കരിക്കുന്നതിന് വിദ്യാർത്ഥി സംഘടനകൾക്ക് കഴിയണം. അവർ നിരന്തരമായും മൂർത്തമായും ഉന്നതവിദ്യാഭ്യാസത്തിന്റെ സ്വകാര്യവല്ക്കരണത്തെയും വ്യാപാരവല്ക്കരണത്തെയും എതിർക്കണം. എന്തുകൊണ്ടെന്നാൽ അത് സമ്പന്നരെ സഹായിക്കുന്നതും, ദരിദ്രരെ ഒഴിവാക്കുന്നതും ആണ്. ഒപ്പംതന്നെ വിദ്യാഭ്യാസത്തിന്റെ വർഗ്ഗീയവല്ക്കരണത്തെയും ബുദ്ധിശൂന്യമായ ആഗോളവല്ക്കരണത്തെയും സംബന്ധിച്ച് ജാഗരൂകരായിരിക്കുകയും വേണം.

ക്ലാസ്മുറിയിലെ വിദ്യാഭ്യാസപ്രക്രിയ കൂടുതൽ പങ്കാളിത്ത സ്വഭാവമുള്ളതാക്കി തീർക്കാൻ വിദ്യാർത്ഥികൾ മുൻകൈയെടുക്കണം. ഇന്നത്തെ അദ്ധ്യാപക കേന്ദ്രീകൃത പഠനപ്രക്രിയയെ പങ്കാളിത്ത വിജ്ഞാനകേന്ദ്രീകൃത പഠനപ്രക്രിയയാക്കി മാറ്റണം.

വിദ്യാർത്ഥികൾക്ക് അദ്ധ്യയനത്തിന്റെ ഗുണമേന്മയെക്കുറിച്ച് അഭിപ്രായം പ്രകടിപ്പിക്കാനുള്ള അവകാശമുണ്ട്. അവർക്ക് അദ്ധ്യാപകരെ വിലയിരുത്തുന്നതിൽ ഒരു പങ്ക് നിർവ്വഹിക്കാനാവണം, വിദ്യാർത്ഥികൾ അദ്ധ്യാപകരെ വിലയിരുത്തൽ നടത്തുന്നതിന് മുൻകൈയെടുക്കാൻ വിദ്യാർത്ഥി യൂണിയനുകൾക്ക് കഴിയണം. ഡിപ്പാർട്ടുമെന്റ് തലവന്മാർക്കും പ്രിൻസിപ്പൽമാർക്കും ഈ വിലയിരുത്തലിന്റെ ഫലം റിപ്പോർട്ടു ചെയ്യണം.

സമൂഹത്തോടൊപ്പം ജീവിക്കുന്നതെങ്ങനെ എന്നത് വിദ്യാർത്ഥികൾ പഠിക്കണം. വസ്തുതകളെ മാനിക്കാനുള്ള ശേഷി വിദ്യാർത്ഥികൾ വികസിപ്പിച്ചെടുക്കണം. വ്യത്യസ്തതകൾ കാണാനും അതിനെ അംഗീകരിക്കാനും വിലയിരുത്താനും അവർക്ക് കഴിയണം. ഇത് ക്ലാസ് റൂം വിദ്യാഭ്യാസംകൊണ്ട് മാത്രം സാദ്ധ്യമാവില്ല. വിദ്യാർത്ഥി പഠിക്കുകയും ജീവിക്കുകയും ചെയ്യുന്ന സമൂഹവുമായി ഇടപഴകുന്നതിലൂടെയാണിത് സാദ്ധ്യമാവുക.

വിദ്യാർത്ഥി അവരുടെ അറിവും അനുഭവവും മറ്റുള്ളവരുമായി പങ്കു വെക്കുന്നതിൽ സന്നദ്ധമായിരിക്കണം. സമൂഹത്തിൽ നിന്ന് എന്താണ് പഠിച്ചതെന്ന് വിദ്യാർത്ഥി ക്ലാസ് റൂമിൽ ചർച്ചക്ക് വെക്കാൻ സന്നദ്ധമാവ ണം. പകരമായി സമൂഹത്തിന് ആവശ്യമാവുമ്പോൾ ക്ലാസ് റൂമിൽ പഠി ച്ചത് പങ്കുവെക്കാൻ വിദ്യാർത്ഥി തയ്യാറാവുകയും വേണം.

വിദ്യാഭ്യാസം പൂർത്തീകരിച്ചതിനുശേഷവും വിദ്യാർത്ഥി അക്കാദ മിക സ്ഥാപനവുമായുള്ള ബന്ധം നിലനിർത്തിക്കൊണ്ടുപോകണം. ജീവി തത്തിൽ പഠിച്ചതും നേടിയതുമായ ആത്മസത്ത പങ്കുവെക്കാൻ വിദ്യാർത്ഥി തയ്യാറാവണം.

ഉന്നത വിദ്യാഭ്യാസരംഗത്തെ വിദ്യാർത്ഥികളുടെ ഇടപെടൽ പ്രസ ക്തവിഷയത്തിലും നിർണ്ണായകമായ പ്രത്യാഘാതമുളവാക്കും. കഴിഞ്ഞ കാലത്തെ വിദ്യാർത്ഥി സമൂഹത്തിന് സ്വാതന്ത്ര്യപ്രസ്ഥാനത്തിൽ നിർണ്ണാ യക പങ്കു നിർവ്വഹിക്കാനായിട്ടുണ്ട്. സ്വാതന്ത്ര്യാനന്തരകാലത്ത് സാമൂ ഹിക വികാസത്തിലും വിദ്യാർത്ഥി സമൂഹം നിർണ്ണായകമായ സംഭാവ നകൾ നല്കിയിട്ടുണ്ട്. ഇന്നത്തെ മാറിക്കൊണ്ടിരിക്കുന്ന സാമൂഹ്യ സാമ്പ ത്തിക ചുറ്റുപാടിൽ അവർക്ക് വലിയ പങ്കു വഹിക്കാനുണ്ടെന്നാണ് കരു തുന്നത്.

*(കേരളത്തിലെ സർവ്വകലാശാല യൂണിയനുകളുടെ സംയുക്താഭി മുഖ്യത്തിൽ (2000) രൂപീകരിച്ച ഉന്നത വിദ്യാഭ്യാസ കമ്മീഷൻ പഠനറി പ്പോർട്ടിലെ വിദ്യാർത്ഥികളുടെ പങ്കാളിത്തം എന്ന അദ്ധ്യായത്തെ അധി കരിച്ച് തയ്യാറാക്കിയത്.)*

# റഫറൻസ്


1. തെത്സുകോ യുറോയാനഗി, *ടോട്ടോചാൻ,* പരിഭാഷ: അൻവർ 1997, നാഷണൽ ബുക്സ് ട്രസ്റ്റ്, ന്യൂഡൽഹി.
2. ഇ എം എസ്, 2009, *വിദ്യാഭ്യാസത്തെപ്പറ്റി*, ചിന്ത പബ്ലിഷേഴ്സ്, തിരുവനന്തപുരം
3. കെ കെ രാഗേഷ്, 2006 *സ്വാശ്രയ നിയമം പ്രതീക്ഷ പ്രതിരോധം,* ചിന്ത പബ്ലിഷേഴ്സ്, തിരുവനന്തപുരം.
4. അഡ്വ. കാളീശ്വരം രാജ്, 2008, *കുട്ടികളുടെ അവകാശങ്ങൾ,* മാതൃഭൂമി ബുക്സ്, കോഴിക്കോട്.
5. ഡോ. രവിശങ്കർ എസ് നായർ, 2007, *മാർക്സിയൻ വിദ്യാഭ്യാസ ദർശനം,* ചിന്ത പബ്ലിഷേഴ്സ്, തിരുവനന്തപുരം.
6. രാജീവ് പി 2009, *ആഗോളവല്ക്കരണകാലത്തെ കാമ്പസ്,* ചിന്ത പബ്ലിഷേഴ്സ്, തിരുവനന്തപുരം.
7. *ബർട്രന്റ് റസ്സൽ* (പരിഭാഷ: പ്രജീഷ് നന്താനം) 2011, വിദ്യാഭ്യാസം പാപ്പിയോൺ, പബ്ലിഷേഴ്സ്, കോഴിക്കോട്.
8. പ്രഭാത് പട്നായിക്, *വിദ്യാഭ്യാസവും ആഗോളവല്ക്കരണവും,* 2008, ചിന്ത പബ്ലിഷേഴ്സ്, തിരുവനന്തപുരം.
9. പവിത്രൻ പി, 2014, മലയാളം ഐക്യവേദി, ചെറുതുരുത്തി, *മാതൃഭാഷയ്ക്ക് വേണ്ടിയുള്ള സമരം.*
10. പുരുഷോത്തമൻ പി വി, 2008, *വിഗോട്സ്കിയും വിദ്യാഭ്യാസവും,* കേരള ശാസ്ത്രസാഹിത്യ പരിഷത്ത്, തൃശൂർ.
11. ഡോ. പ്രസാദ്, ജെ, 2010, *ചരിത്രപഥങ്ങളിൽ എ കെ ജി സി റ്റി*, എ കെ ജി സിറ്റി സംസ്ഥാനകമ്മിറ്റി, തിരുവനന്തപുരം.
12. പ്രൊഫ. തായാട്ട് ശങ്കരൻ, 1982, *ഇന്ത്യൻ വിദ്യാഭ്യാസം നൂറ്റാണ്ടുക*

*ളിലൂടെ,* കെ എസ് റ്റി എ സംസ്ഥാനകമ്മിറ്റി, തിരുവനന്തപുരം.
13. സേതുമാധവൻ കെ, 2011 *മലയാളത്തിന്റെ ഭാവി ഭാഷാ ആസൂത്രണവും മാനവ വികസനവും,* മാതൃഭൂമി ബുക്സ്
14. ഒരു സംഘം ലേഖകർ (എഡിറ്റർ: ഡോ. അസീസ് തരുവണ) 2007, *വിദ്യാഭ്യാസചിന്തകൾ,* ഒലിവ് പബ്ലിക്കേഷൻ കോഴിക്കോട്,
15. ലഘുലേഖ, 2013, *കേരള പാഠ്യപദ്ധതി സംരക്ഷിക്കുക,* കേരള ശാസ്ത്ര സാഹിത്യപരിഷത്ത് തൃശൂർ.
16. ഒരു സംഘം ലേഖകർ (പരിഭാഷ: ഡോ. ഡി ജയദേവദാസ്) 2011, *വിദ്യാഭ്യാസം: പ്രതിലോമ പ്രവണതകൾ,* ചിന്ത പബ്ലിഷേഴ്സ്, തിരുവനന്തപുരം.
17. ലഘുലേഖ, 2013, *സ്വയം ഭരണ കോളേജുകൾ: സങ്കല്പവും യാഥാർത്ഥ്യവും,* സർവ്വകലാശാല വിദ്യാഭ്യാസ സംരക്ഷണ സമിതി, തിരുവനന്തപുരം.
18. ലഘുലേഖ, 2010, *പുതിയ വിദ്യാഭ്യാസനയസമീപനങ്ങളും കേരളവും* കേരളശാസ്ത്ര സാഹിത്യ പരിഷത്ത്, തൃശൂർ.
19. *ശൈശവം പട്ടിക്കൂട്ടിലാവുമ്പോൾ,* 2014 ഒക്ടോബർ, ഡോ. സി ജെ ജോൺ, *മാതൃഭൂമി,* ദിനപത്രം 2014
20. Collected Essays: 2008 equitable education, SFI publication, New Delhi
21. Towards a new paradigm in higher education report for the commission on restructing higher education in Kerala, University Unions in Kerala Publication, 2000

Printed by Libri Plureos GmbH in Hamburg,
Germany